ഇംഗ്ലീഷ് ഫ്ലുവെന്റായി സംസാരിക്കാം

ആത്മവിശ്വാസത്തോടെ ഇംഗ്ലീഷ് സംസാരിക്കാനുള്ള പ്രായോഗിക മാർഗ്ഗദർശി

എം. കെ. ദേവീദാസൻ

ആഭാരപ്രകടനം

ഈ പുസ്തകം വായനക്കാരുടെ കൈകളിലെത്തുമ്പോൾ, അതിന്റെ പിന്നിൽ പ്രവർത്തിച്ച അനേകം വ്യക്തികളോടുള്ള എന്റെ ആത്മാർത്ഥമായ നന്ദി രേഖപ്പെടുത്താതെ മുന്നോട്ടുപോകാൻ കഴിയില്ല.

ആദ്യം, സർവശക്തനായ ദൈവത്തോടാണ് ഞാൻ നന്ദി പറയുന്നത്. ഈ പുസ്തകം എഴുതുന്നതിനുള്ള ആരോഗ്യവും ഊർജവും പ്രചോദനവും എനിക്ക് നൽകിയതിന് ഞാൻ ദൈവത്തോട് കടപ്പെട്ടിരിക്കുന്നു.

എന്റെ കുടുംബാംഗങ്ങളോടുള്ള നന്ദി പ്രത്യേകം രേഖപ്പെടുത്തുന്നു. എഴുത്തിന്റെ നീണ്ട യാത്രയിൽ അവർ നൽകിയ സ്നേഹവും പിന്തുണയും പ്രോത്സാഹനവും ഈ പുസ്തകത്തിന്റെ വിജയത്തിന് വലിയ കരുത്തായി.

എന്റെ അധ്യാപകരോടും സഹപ്രവർത്തകരോടും വിദ്യാർത്ഥികളോടും ഞാൻ ഹൃദയം നിറഞ്ഞ നന്ദി അറിയിക്കുന്നു. വർഷങ്ങളായുള്ള അധ്യാപന-പരിശീലന അനുഭവങ്ങളിലൂടെയും ആശയവിനിമയങ്ങളിലൂടെയും ലഭിച്ച അറിവും അനുഭവങ്ങളും ഈ പുസ്തകത്തിന്റെ ഉള്ളടക്കത്തെ സമ്പന്നമാക്കി.

ഇംഗ്ലീഷ് ഭാഷ പഠിക്കാനും സംസാരിക്കാനും ആഗ്രഹിക്കുന്ന അനേകം വിദ്യാർത്ഥികളുടെയും യുവജനങ്ങളുടെയും ആവശ്യങ്ങളും സംശയങ്ങളും ഈ പുസ്തകം എഴുതുന്നതിനുള്ള പ്രചോദനമായി. അവരോടും ഞാൻ നന്ദിയുള്ളവനാണ്.

എന്റെ മുൻ പുസ്തകങ്ങൾക്ക് പിന്തുണയും പ്രോത്സാഹനവും നൽകിയ എല്ലാ വായനക്കാർക്കും ഹൃദയംഗമമായ നന്ദി. അവരുടെ വിശ്വാസവും സ്നേഹവുമാണ് കൂടുതൽ പുസ്തകങ്ങൾ എഴുതാൻ എന്നെ പ്രേരിപ്പിക്കുന്നത്.

ഈ പുസ്തകത്തിന്റെ പ്രസാധനത്തിനും രൂപകൽപ്പനയ്ക്കും വിതരണത്തിനും പിന്നിൽ പ്രവർത്തിച്ച എല്ലാവർക്കും എന്റെ ആത്മാർത്ഥമായ നന്ദി അറിയിക്കുന്നു.

ഈ പുസ്തകം ഇംഗ്ലീഷ് ഭാഷ ആത്മവിശ്വാസത്തോടെ സംസാരിക്കാൻ ആഗ്രഹിക്കുന്ന എല്ലാവർക്കും ഉപകാരപ്രദമാകട്ടെ എന്ന് ഞാൻ ആത്മാർത്ഥമായി ആശംസിക്കുന്നു.

Table of Contents

ആമുഖക്കുറിപ്പ്

ഭാഷ എന്നത് ആശയവിനിമയത്തിനുള്ള ഒരു ഉപകരണം മാത്രമല്ല; അത് മനസ്സുകളെയും സംസ്കാരങ്ങളെയും അവസരങ്ങളെയും ബന്ധിപ്പിക്കുന്ന ഒരു പാലമാണ്. എന്റെ സ്വന്തം ജീവിതയാത്രയിലേക്ക് തിരിഞ്ഞുനോക്കുമ്പോൾ, ഇംഗ്ലീഷ് ഭാഷയുടെ തടസ്സം മറികടക്കാൻ ഞാൻ നടത്തിയ പോരാട്ടവും ആ പോരാട്ടത്തെ എന്റെ ജീവിതത്തിലെ ഏറ്റവും വലിയ ശക്തികളിലൊന്നാക്കി മാറ്റിയ നിശ്ചയദാർഢ്യവും ഞാൻ വ്യക്തമായി ഓർക്കുന്നു.

മലയാളം മാതൃഭാഷയായ കേരളത്തിലാണ് ഞാൻ വളർന്നത്. പത്താം ക്ലാസ് പൂർത്തിയാക്കിയ ശേഷം ഞാൻ ഇന്ത്യൻ വ്യോമസേനയിൽ ചേർന്നു. അത് എന്റെ ജീവിതത്തിലെ ഒരു നിർണായക വഴിത്തിരിവായിരുന്നു. അവിടെ നിന്ന് എനിക്ക് അച്ചടക്കവും മൂല്യങ്ങളും ലഭിച്ചു. അതോടൊപ്പം, എന്റെ ഏറ്റവും വലിയ വെല്ലുവിളികളിലൊന്നായ ഇംഗ്ലീഷ് അനായാസമായി സംസാരിക്കുന്നതിന്റെ ആവശ്യകതയെയും ഞാൻ നേരിട്ടു.

മറ്റുള്ളവർ പറയുന്നത് എനിക്ക് മനസ്സിലാകുമായിരുന്നു. എന്നാൽ എന്റെ ചിന്തകൾക്ക് അനുസരിച്ച് എന്റെ നാവ് പ്രവർത്തിക്കാറില്ലായിരുന്നു. മനസ്സിൽ വാക്കുകൾ വ്യക്തമായി രൂപംകൊള്ളുമെങ്കിലും, അവ സംസാരത്തിലേക്ക് ഒഴുകിയെത്താൻ ബുദ്ധിമുട്ടായിരുന്നു. ചിന്തയും സംസാരവും തമ്മിലുള്ള ആ വിടവ് എന്നെ ഏറെ നിരാശനാക്കി.

എന്നാൽ ഒരു കാര്യം ഞാൻ ഉറച്ച തീരുമാനമാക്കി–ഈ കുറവ് എന്റെ പുരോഗതിയെ തടയാൻ ഞാൻ അനുവദിക്കില്ല. അതിനെ മറികടക്കേണ്ടത് അനിവാര്യമായിരുന്നു. അങ്ങനെ ഞാൻ സ്വയം പരിശീലനത്തിന്റെ ഒരു പുതിയ യാത്ര ആരംഭിച്ചു.

എല്ലാ വൈകുന്നേരങ്ങളിലും ഞാൻ പരേഡ് ഗ്രൗണ്ടിലേക്ക് പോകുമായിരുന്നു. അവിടെ ഒരാളോട് സംസാരിക്കുന്നതായി സങ്കൽപ്പിച്ച് ഇംഗ്ലീഷിൽ ഉറക്കെ സംസാരിക്കാൻ ഞാൻ പരിശീലിച്ചു. എന്റെ മുന്നിൽ യഥാർത്ഥത്തിൽ ആരുമില്ലെങ്കിലും, ഒരു വ്യക്തി അവിടെ ഉണ്ടെന്ന് കരുതി സംഭാഷണങ്ങൾ നടത്തി. ആദ്യം അത് വിചിത്രമായി

തോന്നിയെങ്കിലും, ക്രമേണ എന്റെ നാവ് എന്റെ ചിന്തകളെ പിന്തുടരാൻ തുടങ്ങി. സംസാരത്തിന് ഒഴുക്കും ആത്മവിശ്വാസവും ലഭിച്ചു. ഇംഗ്ലീഷ് ഭാഷയുടെ താളവും ഭംഗിയും ഞാൻ അനുഭവിക്കാൻ തുടങ്ങി. അതായിരുന്നു എന്റെ ജീവിതത്തിലെ നിർണായക വഴിത്തിരിവ്.

അതോടൊപ്പം, ഞാൻ എപ്പോഴും ഒരു ചെറിയ കടലാസ് കഷണം കൈവശം വച്ചിരുന്നു. അതിൽ ഓക്സ്ഫോർഡ് പോക്കറ്റ് നിഘണ്ടുവിൽ നിന്ന് തെരഞ്ഞെടുത്ത പുതിയ ഇംഗ്ലീഷ് വാക്കുകൾ എഴുതിവെക്കും. അവ മനഃപാഠമാക്കുകയും അവയുടെ അർത്ഥം പഠിക്കുകയും സംഭാഷണങ്ങളിൽ ഉപയോഗിക്കാൻ ശ്രമിക്കുകയും ചെയ്തു. പതുക്കെ എന്റെ പദസമ്പത്ത് വർധിച്ചു. വാക്യങ്ങൾ കൂടുതൽ വ്യക്തവും ശക്തവുമാകാൻ തുടങ്ങി.

കുറച്ച് മാസങ്ങൾക്കുള്ളിൽ തന്നെ കൂടുതൽ ആത്മവിശ്വാസത്തോടെ ഇംഗ്ലീഷ് സംസാരിക്കാൻ എനിക്ക് കഴിഞ്ഞു. ആശയവിനിമയശേഷി ഗണ്യമായി മെച്ചപ്പെട്ടു.

എന്റെ പുരോഗതി വേഗത്തിലാക്കാൻ ഞാൻ മറ്റൊരു മാർഗവും സ്വീകരിച്ചു. ഇംഗ്ലീഷിൽ സംസാരിക്കാൻ ആഗ്രഹമുള്ള സുഹൃത്തുക്കളുമായി കൂടുതൽ സമയം ചെലവഴിക്കാൻ തുടങ്ങി. മാതൃഭാഷയ്ക്ക് പകരം ഇംഗ്ലീഷിൽ സംസാരിക്കാൻ ഞങ്ങൾ പരസ്പരം പ്രോത്സാഹിപ്പിച്ചു. തെറ്റുകൾ തിരുത്തി, ഒരുമിച്ച് പഠിച്ചു, ആ പ്രക്രിയ ആസ്വദിക്കുകയും ചെയ്തു. ക്രമേണ ഇംഗ്ലീഷ് സംസാരിക്കുന്നത് ഒരു ബുദ്ധിമുട്ടല്ലാതായി; അത് എന്റെ സ്വഭാവത്തിന്റെ ഭാഗമായിത്തീർന്നു.

സങ്കൽപ്പ സംഭാഷണങ്ങൾ, പദസമ്പത്ത് വികസിപ്പിക്കൽ, ശരിയായ സുഹൃദ്വലയം തിരഞ്ഞെടുക്കൽ–ഈ ലളിതമായ രീതികളാണ് എന്നെ ഒരു മടിയൻ സംസാരിക്കുന്ന വ്യക്തിയിൽ നിന്ന് ആത്മവിശ്വാസമുള്ള ആശയവിനിമയക്കാരനാക്കി മാറ്റിയത്. അതിലുപരി, എന്റെ സംസാരശേഷി ആളുകളെ എന്നിലേക്ക് ആകർഷിച്ചു. സൗഹൃദങ്ങൾ വർധിച്ചു. ജീവിതത്തിൽ പുതിയ അവസരങ്ങൾ തുറന്നു.

ആ അനുഭവങ്ങളിൽ നിന്നാണ് ഈ പുസ്തകത്തിന്റെ ജനനം. ഭാഷയുടെ പേരിൽ മടിക്കുകയും ഭയപ്പെടുകയും ഒറ്റപ്പെടലിന്റെ വേദന അനുഭവിക്കുകയും ചെയ്യുന്നത്

എന്താണെന്ന് എനിക്ക് നന്നായി അറിയാം. അതുപോലെ തന്നെ, ആ തടസ്സം തകർത്ത് മുന്നേറുമ്പോൾ ലഭിക്കുന്ന സന്തോഷവും എനിക്ക് അറിയാം.

ഔപചാരികമായ പ്രത്യേക പരിശീലനമോ വലിയ വിഭവങ്ങളോ ഇല്ലാതെ എനിക്ക് ഇംഗ്ലീഷ് സംസാരശേഷി വികസിപ്പിക്കാൻ കഴിഞ്ഞെങ്കിൽ, ശരിയായ രീതിയും ശക്തമായ മനസ്സും ഉണ്ടെങ്കിൽ ആർക്കും അത് സാധ്യമാകുമെന്ന് ഞാൻ വിശ്വസിക്കുന്നു.

ഈ പുസ്തകത്തിലെ തുടർന്നുള്ള പേജുകളിൽ നിങ്ങൾക്ക് പ്രായോഗികമായ പഠനരീതികൾ മാത്രമല്ല, മുന്നോട്ട് പോകാനുള്ള പ്രചോദനവും ലഭിക്കുമെന്നാണ് എന്റെ ആത്മാർത്ഥമായ പ്രതീക്ഷ.

അനായാസമായ ഇംഗ്ലീഷ് സംസാരശേഷി എന്നത് പൂർണതയെക്കുറിച്ചല്ല; അത് ആത്മവിശ്വാസത്തെയും സ്ഥിരതയെയും ആശയവിനിമയത്തെയും കുറിച്ചാണ്. ഈ പുസ്തകം നിങ്ങൾക്ക് ഇംഗ്ലീഷ് എളുപ്പത്തിലും വ്യക്തതയോടെയും അഭിമാനത്തോടെയും സംസാരിക്കാൻ വഴികാട്ടിയാകട്ടെ.

ആമുഖം

ഇന്നത്തെ ലോകത്ത് ഇംഗ്ലീഷ് ഒരു ഭാഷ മാത്രമല്ല; അത് അവസരങ്ങളിലേക്കും വിജയത്തിലേക്കും ആഗോള ബന്ധങ്ങളിലേക്കും നയിക്കുന്ന ഒരു പാസ്പോർട്ടാണ്. നമുക്ക് ഇഷ്ടപ്പെട്ടാലും ഇല്ലെങ്കിലും, ഇംഗ്ലീഷ് അനായാസമായി സംസാരിക്കാനുള്ള കഴിവ് ഇന്ന് ഒരാൾക്ക് സ്വന്തമാക്കാൻ കഴിയുന്ന ഏറ്റവും വിലപ്പെട്ട നൈപുണ്യങ്ങളിൽ ഒന്നായി മാറിയിരിക്കുന്നു. വിദ്യാഭ്യാസം മുതൽ തൊഴിൽ വരെ, സാങ്കേതിക വിദ്യ മുതൽ യാത്രകൾ വരെ, വിവിധ സംസ്കാരങ്ങളിലും പശ്ചാത്തലങ്ങളിലുമുള്ള ആളുകളെ ബന്ധിപ്പിക്കുന്ന ഒരു പൊതുപാലമാണ് ഇംഗ്ലീഷ്.

എന്നിരുന്നാലും, ലക്ഷക്കണക്കിന് പഠിതാക്കൾക്ക് ഇംഗ്ലീഷ് ഇന്നും തുറക്കാൻ കഴിയാത്ത ഒരു വാതിലായി അനുഭവപ്പെടുന്നു. അവർ വ്യാകരണം പഠിക്കുന്നു, നിയമങ്ങൾ മനഃപാഠമാക്കുന്നു, പാഠങ്ങൾ വായിക്കുന്നു, പരീക്ഷകളിൽ മികച്ച മാർക്ക് നേടുകയും ചെയ്യുന്നു. പക്ഷേ സംസാരിക്കേണ്ട സാഹചര്യം വരുമ്പോൾ മടി അവരെ പിന്നോട്ട് വലിക്കുന്നു. മറ്റുള്ളവർ പറയുന്നത് മനസ്സിലാകുമെങ്കിലും, സ്വന്തം ചിന്തകൾ അതേ ലാളിത്യത്തോടെ പ്രകടിപ്പിക്കാൻ കഴിയുന്നില്ല. മനസ്സിൽ വാക്കുകൾ ഉണ്ടെങ്കിലും നാവ് അതിനെ പിന്തുടരുന്നില്ല. അതിന്റെ ഫലമായി നിരാശയും ആത്മവിശ്വാസക്കുറവും നിരവധി അവസരങ്ങളുടെ നഷ്ടവും ഉണ്ടാകുന്നു.

ഈ പോരാട്ടം എനിക്ക് വ്യക്തിപരമായി പരിചിതമാണ്. മലയാളം മാതൃഭാഷയായ ഒരു സാഹചര്യത്തിലാണ് ഞാൻ വളർന്നത്. ഇന്ത്യൻ വ്യോമസേനയിൽ ചേർന്നപ്പോൾ ഇംഗ്ലീഷ് ഒരു പഠനവിഷയം മാത്രമല്ല, ദൈനംദിന ജീവിതത്തിന്റെ അനിവാര്യഘടകവുമായിരുന്നു. ഇംഗ്ലീഷിൽ പ്രാവീണ്യമില്ലെങ്കിൽ ഞാൻ എപ്പോഴും മറ്റുള്ളവരേക്കാൾ പിന്നിലായിരിക്കും എന്ന് ഞാൻ പെട്ടെന്ന് തിരിച്ചറിഞ്ഞു.

പക്ഷേ മറ്റൊരു വലിയ സത്യം കൂടി ഞാൻ മനസ്സിലാക്കി. ഇംഗ്ലീഷിൽ അനായാസമായി സംസാരിക്കാനുള്ള കഴിവ് ചിലർക്കു മാത്രം ലഭിക്കുന്ന ഒരു സമ്മാനമല്ല. ഇംഗ്ലീഷ് സംസാരിക്കുന്ന കുടുംബത്തിൽ ജനിച്ചവർക്കു മാത്രമുള്ള പ്രത്യേകാവകാശവുമല്ല അത്. അനായാസമായ സംസാരശേ

ഷി ഒരു നൈപുണ്യമാണ്. മറ്റെല്ലാ നൈപുണ്യങ്ങളെയും പോലെ അത് പരിശീലനത്തിലൂടെയും സ്ഥിരതയിലൂടെയും വികസിപ്പിക്കാനും കൈവശപ്പെടുത്താനും കഴിയും.

ആ യാത്രയിൽ നിങ്ങളെ നയിക്കാനാണ് ഈ പുസ്തകം എഴുതപ്പെട്ടിരിക്കുന്നത്. ഇത് കഠിനമായ വ്യാകരണ നിയമങ്ങളുടെയോ സങ്കീർണ്ണമായ സിദ്ധാന്തങ്ങ ളുടെയോ പുസ്തകമല്ല. മറിച്ച്, ആർക്കും പിന്തുടരാവുന്ന പ്രായോഗിക രീതികളുടെയും ജീവിതാനുഭവങ്ങളിൽ നിന്ന് രൂപം കൊണ്ട തന്ത്രങ്ങളുടെയും ഘട്ടംഘട്ടമായ പരിശീലനങ്ങളുടെയും ഒരു മാർഗ്ഗദർശികയാണ്.

ഈ പുസ്തകത്തിലൂടെ നിങ്ങൾ പഠിക്കുന്നത്:

- വിവർത്തനം ചെയ്യാതെ ഇംഗ്ലീഷിൽ ചിന്തിക്കാൻ നിങ്ങളുടെ മനസ്സിനെ പരിശീലിപ്പിക്കുന്നത്.
- സ്വാഭാവികമായും ഫലപ്രദമായും പദസമ്പത്ത് വികസിപ്പിക്കുന്നത്.
- തെറ്റുകൾ സംഭവിച്ചാലും ആത്മവിശ്വാസത്തോടെ സംസാരിക്കുന്നത്.
- ഉച്ചാരണവും വ്യക്തതയും മെച്ചപ്പെടുത്തുന്നത്, ഉച്ചാരണശൈലിയെക്കുറിച്ച് അമിതമായി ആശങ്കപ്പെടാതെ.
- സാധാരണ സംഭാഷണങ്ങളിൽ നിന്ന് പ്രൊഫഷണൽ ചർച്ചകളിലേക്ക് വരെ ഫലപ്രദമായി ആശയവിനിമയം നടത്തുന്നത്.

ഈ പുസ്തകത്തെ വ്യത്യസ്തമാക്കുന്നത്, ഇത് സിദ്ധാന്ത ങ്ങളിൽ നിന്ന് മാത്രം രൂപം കൊണ്ടതല്ല എന്നതാണ്. ഇത് ജീവിതാനുഭവങ്ങളിൽ നിന്നാണ് ജനിച്ചത്. മടിയും ലജ്ജയും ബുദ്ധിമുട്ടുകളും ഞാൻ നേരിട്ടിട്ടുണ്ട്. അതുപോലെ തന്നെ അവയെ അതിജീവിച്ച സന്തോഷവും ആത്മവിശ്വാസത്തോടെ സംസാരിക്കാനുള്ള കഴിവും അതിലൂടെ തുറന്നുവന്ന അവസരങ്ങളും ഞാൻ അനുഭവിച്ചിട്ടുണ്ട്.

ഇംഗ്ലീഷിൽ അനായാസമായി സംസാരിക്കുന്നു എന്നത് പൂർണതയോടെ സംസാരിക്കുന്നു എന്നല്ല. വ്യക്തമായും ആത്മവിശ്വാസത്തോടെയും ഫലപ്രദമായും ആശയവിനിമയം നടത്താൻ കഴിയുന്നു എന്നതാണ് അതിന്റെ യഥാർത്ഥ അർത്ഥം. മറ്റുള്ളവർ നിങ്ങളെ മനസ്സിലാക്കുന്ന രീതിയിൽ സംസാരിക്കാൻ കഴിയുക എന്നതാണ് പ്രധാനം.

ഈ പുസ്തകത്തിന്റെ ലക്ഷ്യം ഇംഗ്ലീഷിൽ നിങ്ങളുടെ സ്വന്തം ശബ്ദം കണ്ടെത്താൻ നിങ്ങളെ സഹായിക്കുകയാണ്. നിങ്ങളുടെ തൊഴിൽജീവിതത്തെയും വ്യക്തിബന്ധങ്ങളെയും ആത്മവിശ്വാസത്തെയും ശക്തിപ്പെടുത്തുന്ന ഒരു ശബ്ദം.

തുടർന്നുള്ള അധ്യായങ്ങൾ വായിക്കുമ്പോൾ, വായനയിൽ മാത്രം ഒതുങ്ങരുതെന്ന് ഞാൻ നിങ്ങളോട് അഭ്യർത്ഥിക്കുന്നു. പരിശീലിക്കുക. ഉറക്കെ സംസാരിക്കുക. നൽകിയിരിക്കുന്ന അഭ്യാസങ്ങൾ ചെയ്യുക. പുതിയ വാക്കുകൾ ദൈനംദിന സംഭാഷണങ്ങളിൽ ഉപയോഗിക്കുക. തെറ്റുകളെ പരാജയങ്ങളായി കാണാതെ മുന്നോട്ടുള്ള ചവിട്ടുപടികളായി കാണുക.

ഓർക്കുക: ഇന്ന് അനായാസമായി സംസാരിക്കുന്ന ഓരോ വ്യക്തിയും ഒരുകാലത്ത് ഒരു പഠിതാവായിരുന്നു. ഇന്ന് ആത്മവിശ്വാസത്തോടെ ആശയവിനിമയം നടത്തുന്ന ഓരോ വ്യക്തിയും ഒരുകാലത്ത് നിങ്ങളെപ്പോലെ തന്നെ ബുദ്ധിമുട്ടുകൾ നേരിട്ടവരാണ്.

എനിക്ക് ഈ തടസ്സം തകർത്ത് ഈ കഴിവ് കൈവശപ്പെടുത്താൻ കഴിഞ്ഞെങ്കിൽ, നിങ്ങൾക്കും തീർച്ചയായും കഴിയും. ആ യാത്രയിലെ നിങ്ങളുടെ വിശ്വസ്ത സഹയാത്രികനാണ് ഈ പുസ്തകം.

നമുക്ക് ഒരുമിച്ച് മടിയിൽ നിന്ന് ആത്മവിശ്വാസത്തിലേക്കും, നിശ്ശബ്ദതയിൽ നിന്ന് അനായാസമായ സംസാരത്തിലേക്കും, ഭയത്തിൽ നിന്ന് സ്വാതന്ത്ര്യത്തിലേക്കും യാത്ര ചെയ്യാം.

നിങ്ങളുടെ ജീവിതത്തിലെ ഈ പരിവർത്തനത്തിന്റെ ആദ്യ ചുവടുവെപ്പിലേക്ക് ഹൃദയം നിറഞ്ഞ സ്വാഗതം.

ഭാഗം I - അനായാസമായ ഇംഗ്ലീഷ് സംസാരത്തിന്റെ അടിസ്ഥാനങ്ങൾ

അധ്യായം 1

ഇന്നത്തെ ലോകത്ത് ഇംഗ്ലീഷിന്റെ പ്രാധാന്യം

ആമുഖം

ഭാഷ എന്നത് ആശയവിനിമയത്തിനുള്ള ഒരു ഉപകരണം മാത്രമല്ല; അത് ആളുകളെയും സംസ്കാരങ്ങളെയും ആശയങ്ങളെയും ബന്ധിപ്പിക്കുന്ന ഒരു പാലമാണ്. സാങ്കേതികവിദ്യയും യാത്രയും വ്യാപാരവും ലോകത്തെ ഒരു ആഗോള ഗ്രാമമാക്കി മാറ്റിയിരിക്കുന്ന ഇന്നത്തെ കാലഘട്ടത്തിൽ, ഒരു ഭാഷ ഏറ്റവും ശക്തമായ ബന്ധകമായി ഉയർന്നു വന്നിരിക്കുന്നു - ഇംഗ്ലീഷ്.

ഇന്റർനെറ്റിൽ വിവരങ്ങൾ തിരയുകയോ, ഒരു ജോലിക്ക് അപേക്ഷിക്കുകയോ, ഉന്നത വിദ്യാഭ്യാസം നേടുകയോ, ലോകത്തിന്റെ വിവിധ ഭാഗങ്ങളിലുള്ള ആളുകളുമായി സൗഹൃദം സ്ഥാപിക്കുകയോ ചെയ്യട്ടെ, ഇംഗ്ലീഷ് ഇന്ന് അവസരങ്ങളുടെ വാതിൽ തുറക്കുന്ന ഒരു പൊതു ഭാഷയായി മാറിയിരിക്കുന്നു.

എന്നിരുന്നാലും, പല പഠിതാക്കളും ഇംഗ്ലീഷിനെ ഭയപ്പെടുന്നു. അത് വളരെ ബുദ്ധിമുട്ടുള്ള ഭാഷയാണെന്നും, അനായാസമായി സംസാരിക്കാനുള്ള കഴിവ് ചില പ്രത്യേക കഴിവുള്ളവർക്ക് മാത്രമേ ലഭിക്കൂ എന്നും അവർ കരുതുന്നു. എന്നാൽ യാഥാർത്ഥ്യം അതിന്റെ നേരെ വിപരീതമാണ്.

അനായാസമായ സംസാരശേഷി എന്നത് വ്യാകരണത്തിൽ പൂർണ്ണത നേടുകയോ ഒരു സ്വദേശിയെപ്പോലെ സംസാരിക്കുകയോ ചെയ്യുന്നതല്ല. വ്യക്തമായും ആത്മവിശ്വാസത്തോടെയും ഫലപ്രദമായും ആശയവിനിമയം നടത്താൻ കഴിയുന്നതാണ് യഥാർത്ഥ ഫ്ലുവൻസി.

ഈ അധ്യായത്തിൽ ഇംഗ്ലീഷിന്റെ ആഗോള പ്രാധാന്യം എന്താണെന്നും, ഫ്ലുവൻസിയെക്കുറിച്ചുള്ള ചില തെറ്റിദ്ധാരണകൾ എന്തൊക്കെയാണെന്നും, ഭാഷാപഠനത്തിൽ വിജയിക്കാൻ

ആവശ്യമായ മനോഭാവം എന്താണെന്നും നമുക്ക് മനസ്സിലാക്കാം.

1. ആഗോളതലത്തിൽ ഇംഗ്ലീഷിന്റെ പ്രാധാന്യം

ലോകത്തെ ബന്ധിപ്പിക്കുന്ന ആഗോള ഭാഷ

ലോകമെമ്പാടുമായി ഏകദേശം 150 കോടിയിലധികം ആളുകൾ ഇംഗ്ലീഷ് സംസാരിക്കുന്നു. അതിനാൽ ലോകത്ത് ഏറ്റവും കൂടുതൽ പഠിക്കപ്പെടുന്ന രണ്ടാമത്തെ ഭാഷയാണ് ഇംഗ്ലീഷ്.

മാൻഡറിൻ ചൈനീസ് ഭാഷയ്ക്ക് കൂടുതൽ മാതൃഭാഷ സംസാരിക്കുന്നവർ ഉണ്ടെങ്കിലും, അന്തർദേശീയ ആശയ വിനിമയത്തിനായി ആളുകൾ ഏറ്റവും കൂടുതൽ തിരഞ്ഞെടുക്കുന്ന ഭാഷ ഇംഗ്ലീഷാണ്.

ഉദാഹരണത്തിന്:

- ബ്രസീലിലെ ഒരു വ്യവസായി ജർമ്മനിയിലെ ഒരു ഉപഭോക്താവുമായി ബിസിനസ് ചർച്ച നടത്തുമ്പോൾ ഇംഗ്ലീഷ് ഉപയോഗിക്കാനുള്ള സാധ്യത കൂടുതലാണ്.

- ഇന്ത്യയിൽ നിന്നുള്ള ഒരു വിദ്യാർത്ഥി അമേരിക്കയിലോ കാനഡയിലോ ബ്രിട്ടനിലോ ഉള്ള സർവകലാശാലയിൽ പ്രവേശനം നേടാൻ ആഗ്രഹിക്കുന്നുവെങ്കിൽ ഇംഗ്ലീഷ് പരിജ്ഞാനം തെളിയിക്കേണ്ടതുണ്ട്.

- യൂട്യൂബ്, എക്സ് (ടിറ്റർ), ഇൻസ്റ്റാഗ്രാം തുടങ്ങിയ സാമൂഹ്യമാധ്യമങ്ങളിൽ പോലും ഇംഗ്ലീഷ് ആഗോള ആശയവിനിമയത്തിന്റെ പ്രധാന ഭാഷയാണ്.

അതിനാൽ ഇംഗ്ലീഷ് മറ്റൊരു ഭാഷ മാത്രമല്ല; അത് ആഗോള ആശയവിനിമയത്തിനുള്ള ഒരു പാസ്പോർട്ടാണ്.

വിദ്യാഭ്യാസ രംഗത്തെ ഇംഗ്ലീഷ്

ഉന്നത വിദ്യാഭ്യാസത്തിന്റെയും ശാസ്ത്രത്തിന്റെയും ഗവേഷണത്തിന്റെയും ഭാഷയായി ഇംഗ്ലീഷ് മാറിയിരിക്കുന്നു.

ലോകത്തിലെ പ്രമുഖ സർവകലാശാലകളായ
Harvard University,
University of Oxford,
University of Cambridge,
Massachusetts Institute of Technology
എന്നിവയിലെ പഠനമാധ്യമം പ്രധാനമായും ഇംഗ്ലീഷാണ്.

ശാസ്ത്രീയ ഗവേഷണ പ്രബന്ധങ്ങളും സാങ്കേതിക ലേഖനങ്ങളും മെഡിക്കൽ ജേർണലുകളും കൂടുതലായും ഇംഗ്ലീഷിലാണ് പ്രസിദ്ധീകരിക്കുന്നത്. ഇംഗ്ലീഷിൽ പ്രാവീണ്യമുള്ള ഒരു വിദ്യാർത്ഥിക്ക് ലോകത്തിലെ ഏറ്റവും വലിയ വിജ്ഞാനശേഖരത്തിലേക്കുള്ള പ്രവേശനം ലഭിക്കുന്നു.

കമ്പ്യൂട്ടർ പ്രോഗ്രാമിംഗിനെക്കുറിച്ച് ചിന്തിക്കുക. കോഡിംഗ് ചിഹ്നങ്ങളിലൂടെയാണ് ചെയ്യുന്നത്. എന്നാൽ പ്രോഗ്രാമിംഗ് ഭാഷകളുടെ വിശദീകരണങ്ങളും ഡോക്യുമെന്റേഷനുകളും പഠനസ്രോതസ്സുകളും ഭൂരിഭാഗവും ഇംഗ്ലീഷിലാണ്. അതിനാൽ ഐ.ടി., കൃത്രിമ ബുദ്ധി (AI), ഡാറ്റാ സയൻസ് തുടങ്ങിയ മേഖലകളിൽ മുന്നേറാൻ ആഗ്രഹിക്കുന്നവർക്ക് ഇംഗ്ലീഷിന്റെ പ്രാധാന്യം അവഗണിക്കാനാവില്ല.

തൊഴിലും കരിയർ വളർച്ചയും

തൊഴിൽരംഗത്ത് ഇംഗ്ലീഷിനെ പലപ്പോഴും "അവസരങ്ങളുടെ ഭാഷ" എന്നാണ് വിശേഷിപ്പിക്കുന്നത്.

പല ബഹുരാഷ്ട്ര കമ്പനികളും ഇംഗ്ലീഷ് സംസാരിക്കാത്ത രാജ്യങ്ങളിലാണെങ്കിലും ഔദ്യോഗിക ആശയവിനിമയത്തിനായി ഇംഗ്ലീഷ് ഉപയോഗിക്കുന്നു.

ഉദാഹരണത്തിന്:

- Airbus

- Siemens
- Samsung

എന്നിവ ഔദ്യോഗിക ആശയവിനിമയത്തിൽ ഇംഗ്ലീഷിന് വലിയ പ്രാധാന്യം നൽകുന്നു.

വ്യോമയാനം, കപ്പൽഗതാഗതം, ടൂറിസം, അന്തർദേശീയ വ്യാപാരം തുടങ്ങിയ മേഖലകളിൽ ഇംഗ്ലീഷ് അനിവാര്യമാണ്.

തൊഴിൽ അഭിമുഖങ്ങൾ, ബയോഡാറ്റ തയ്യാറാക്കൽ, പ്രൊഫഷണൽ നെറ്റ്‌വർക്കിംഗ് എന്നിവയ്ക്കെല്ലാം നല്ല ഇംഗ്ലീഷ് പരിജ്ഞാനം ആവശ്യമാണ്.

പലർക്കും ഇംഗ്ലീഷ് സംസാരശേഷി ഒരു സാധാരണ ജോലിയിൽ നിന്ന് ഉയർന്ന നേതൃത്വ സ്ഥാനങ്ങളിലേക്ക് എത്തിക്കുന്ന ഒരു പ്രധാന ഘടകമാണ്.

യാത്രയിലും സംസ്കാരത്തിലും ഇംഗ്ലീഷ്

ഇംഗ്ലീഷ് യാത്രയുടെയും സംസ്കാരത്തിന്റെയും ഭാഷ കൂടിയാണ്.

ഒരു വിദേശരാജ്യത്തേക്ക് നിങ്ങൾ യാത്ര ചെയ്യുന്നതായി സങ്കൽപ്പിക്കുക. അവിടുത്തെ പ്രാദേശിക ഭാഷ അറിയില്ലെങ്കിൽ ഇംഗ്ലീഷ് നിങ്ങളുടെ ഏറ്റവും വലിയ സഹായിയായിരിക്കും.

വിമാനത്താവളങ്ങൾ, ഹോട്ടലുകൾ, വിനോദസഞ്ചാരകേന്ദ്രങ്ങൾ എന്നിവിടങ്ങളിൽ യാത്രക്കാരെ സഹായിക്കുന്ന പൊതുഭാഷയാണ് ഇംഗ്ലീഷ്.

കൂടാതെ സിനിമ, സംഗീതം, പുസ്തകങ്ങൾ എന്നിവ ഉൾപ്പെടുന്ന ആഗോള വിനോദലോകത്തും ഇംഗ്ലീഷിന് വലിയ സ്വാധീനമുണ്ട്. ഇംഗ്ലീഷ് മനസ്സിലാക്കുന്നതിലൂടെ നിങ്ങൾ ഒരു ഭാഷ പഠിക്കുക മാത്രമല്ല, ലോകസംസ്കാരത്തോടും സൃഷ്ടിപരതയോടും ബന്ധപ്പെടുകയും ചെയ്യുന്നു.

അടുത്ത ഭാഗത്തിൽ "ഫ്ലുവൻസിയെക്കുറിച്ചുള്ള തെറ്റിദ്ധാരണകൾ **(Breaking Myths About Fluency)"**, "വിജയത്തിനാവശ്യമായ മനോഭാവം", "യഥാർത്ഥ ജീവിത ഉദാഹരണങ്ങൾ", "ഉപസംഹാരം" എന്നിവ മലയാളത്തിൽ വിശദമായി നൽകാം.

അധ്യായം 2

അനായാസമായി ഇംഗ്ലീഷ് സംസാരിക്കുന്നത് ഒരു കഴിവാണ്, ജന്മസിദ്ധമായ പ്രതിഭയല്ല

ആമുഖം

ഇംഗ്ലീഷ് ഭാഷയെക്കുറിച്ച് ആളുകൾ സ്വയം വിശ്വസിക്കുന്ന ഏറ്റവും വലിയ തെറ്റിദ്ധാരണകളിലൊന്നാണ് ഇത്:

"ചിലർ ജന്മനാ ഭാഷകൾ പഠിക്കാൻ കഴിവുള്ളവരാണ്. ഞാൻ അത്തരത്തിലൊരാളല്ല."

ഈ വിശ്വാസം വളരെ അപകടകരമാണ്. കാരണം അത് പഠനം ആരംഭിക്കുന്നതിന് മുമ്പുതന്നെ ഭയവും നിരാശയും ആത്മവിശ്വാസക്കുറവും സൃഷ്ടിക്കുന്നു.

എന്നാൽ സത്യം അതിനേക്കാൾ ശക്തമാണ്.

ഇംഗ്ലീഷിൽ അനായാസമായി സംസാരിക്കുന്നത് ഒരു പ്രത്യേക പ്രതിഭയല്ല; അത് പരിശീലനത്തിലൂടെ നേടാവുന്ന ഒരു കഴിവാണ്.

സൈക്കിൾ ഓടിക്കൽ, നീന്തൽ, ടൈപ്പിംഗ്, സംഗീതോപകരണം വായിക്കൽ എന്നിവയെപ്പോലെ ഇംഗ്ലീഷ് സംസാരിക്കാനും ആർക്കും പഠിക്കാം.

നിങ്ങൾ ജനിക്കുമ്പോൾ നടക്കാൻ അറിയുമായിരുന്നില്ല. എന്നാൽ ഇന്ന് നിങ്ങൾ നടക്കുന്നു.

നിങ്ങൾ ജനിക്കുമ്പോൾ എഴുതാൻ അറിയുമായിരുന്നില്ല. എന്നാൽ പിന്നീട് നിങ്ങൾ അത് പഠിച്ചു.

അതുപോലെ തന്നെയാണ് ഇംഗ്ലീഷ് സംസാരിക്കുന്നതും.

ഈ അധ്യായത്തിൽ, ആർക്കും ഇംഗ്ലീഷ് പഠിക്കാൻ കഴിയുന്നത് എന്തുകൊണ്ടാണെന്നും, ഭയത്തിൽ നിന്ന് ആത്മവിശ്വാസത്തിലേക്ക് എങ്ങനെ മാറാമെന്നും, പൂജ്യത്തിൽ നിന്ന് ആരംഭിച്ച് വിജയത്തിലെത്തിയ യഥാർത്ഥ മനുഷ്യരുടെ കഥകളിലൂടെ നമുക്ക് മനസ്സിലാക്കാം.

ഈ അധ്യായത്തിന്റെ അവസാനം നിങ്ങൾ തിരിച്ചറിയും:

ഫ്ലുവൻസി ജന്മനാ ലഭിക്കുന്നതല്ല; പരിശ്രമത്തിലൂടെ നിർമ്മിക്കപ്പെടുന്നതാണ്.

1. ആർക്കും ഇംഗ്ലീഷ് സംസാരിക്കാൻ പഠിക്കാം

സ്വാഭാവിക പ്രതിഭയുടെ മിഥ്യാധാരണ

ഒരു വ്യക്തി ആത്മവിശ്വാസത്തോടെ ഇംഗ്ലീഷ് സംസാരിക്കുന്നത് കാണുമ്പോൾ പലരും പറയാറുണ്ട്:

"അയാൾക്ക് ജന്മനാ കഴിവുണ്ടായിരിക്കണം."

എന്നാൽ യാഥാർത്ഥ്യം അതല്ല.

ഫ്ലുവൻസി സ്വാഭാവികമായി ഉണ്ടാകുന്നതല്ല. ആയിരക്കണക്കിന് മണിക്കൂറുകളുടെ കേൾവി, സംസാര പരിശീലനം, തുടർച്ചയായ അഭ്യാസം എന്നിവയുടെ ഫലമാണ് അത്.

നിങ്ങളുടെ മാതൃഭാഷയെക്കുറിച്ച് ചിന്തിക്കുക.

നിങ്ങൾ ജനിച്ചപ്പോൾ മലയാളം അനായാസമായി സംസാരിച്ചിരുന്നോ?

അല്ല.

നിങ്ങൾ മാതാപിതാക്കളെ കേട്ടു.

അവരുടെ വാക്കുകൾ അനുകരിച്ചു.

നിരവധി തെറ്റുകൾ ചെയ്തു.

വീണ്ടും വീണ്ടും ശ്രമിച്ചു.

അങ്ങനെ ക്രമേണ ഭാഷ നിങ്ങളുടെ ഭാഗമായിത്തീർന്നു.

ഇംഗ്ലീഷ് പഠനവും അതേ രീതിയിലാണ്.

കാർ ഓടിക്കാൻ പഠിക്കുന്നതുപോലെ

ഇംഗ്ലീഷ് പഠിക്കുന്നത് കാർ ഓടിക്കാൻ പഠിക്കുന്നതുപോലെയാണ്.

ആദ്യദിവസം:

- ഗിയർ മാറുന്നത് ബുദ്ധിമുട്ടാണ്.
- ബ്രേക്ക് എപ്പോൾ ഉപയോഗിക്കണമെന്ന് അറിയില്ല.
- കണ്ണാടി നോക്കുന്നത് മറക്കും.
- വാഹനം പലവട്ടം നിലക്കും.

പക്ഷേ സ്ഥിരമായ പരിശീലനത്തിലൂടെ എല്ലാം സ്വാഭാവികമാകുന്നു.

അപ്പോൾ നിങ്ങൾ ഓരോ കാര്യത്തെക്കുറിച്ചും പ്രത്യേകം ചിന്തിക്കേണ്ടതില്ല.

നിങ്ങളുടെ മസ്തിഷ്കം അത് സ്വയം ചെയ്യുന്നു.

ഇംഗ്ലീഷിലും അതുതന്നെയാണ് സംഭവിക്കുന്നത്.

ആദ്യം വാക്കുകൾ ഓർമ്മിക്കണം.

വാക്യഘടന പഠിക്കണം.

സംസാരിക്കുമ്പോൾ ചിന്തിക്കണം.

എന്നാൽ ആവശ്യത്തിന് പരിശീലനം ലഭിച്ചാൽ നിങ്ങളുടെ മസ്തിഷ്കം സ്വയം വാക്യങ്ങൾ സൃഷ്ടിക്കാൻ തുടങ്ങും.

അതാണ് യഥാർത്ഥ ഫ്ലുവൻസി.

പ്രതിഭയെക്കാൾ പ്രധാനമാണ് പരിശ്രമം

മനഃശാസ്ത്ര പഠനങ്ങൾ തെളിയിക്കുന്നത് ഒരു കഴിവ് വികസിപ്പിക്കുന്നതിൽ ജന്മസിദ്ധമായ പ്രതിഭയെക്കാൾ പ്രധാനമാണ് തുടർച്ചയായ പരിശീലനം എന്നതാണ്.

ഉദാഹരണത്തിന്:

വ്യക്തി A

- ഇംഗ്ലീഷിനെക്കുറിച്ച് മുൻപരിചയം കുറവാണ്.
- ദിവസവും 30 മിനിറ്റ് പരിശീലിക്കുന്നു.
- ഇംഗ്ലീഷ് വാർത്തകൾ കേൾക്കുന്നു.
- സുഹൃത്തുക്കളുമായി സംസാരിക്കുന്നു.

വ്യക്തി B

- സ്കൂളിൽ ഇംഗ്ലീഷ് പഠിച്ചിട്ടുണ്ട്.
- എന്നാൽ സംസാരപരിശീലനം നടത്തുന്നില്ല.
- തെറ്റുപറ്റുമോ എന്ന ഭയത്താൽ സംസാരിക്കാൻ മടിക്കുന്നു.

ആറ് മാസങ്ങൾക്ക് ശേഷം കൂടുതൽ ഫ്ലുവൻറ് ആരായിരിക്കും?

ഉത്തരം വ്യക്തി A.

കാരണം അറിവ് മാത്രം മതിയാകില്ല.

പരിശീലനമാണ് കഴിവ് വളർത്തുന്നത്.

ഭാഷ പഠിക്കൽ മനുഷ്യന്റെ സ്വാഭാവിക കഴിവാണ്

ഓരോ മനുഷ്യനും ഭാഷകൾ പഠിക്കാനുള്ള കഴിവോടെയാണ് ജനിക്കുന്നത്.

ചിലർ ഒരു ഭാഷ പഠിക്കുന്നു.

ചിലർ രണ്ടോ മൂന്നോ ഭാഷകൾ പഠിക്കുന്നു.

പരിസരവും പരിശീലനവുമാണ് വ്യത്യാസം സൃഷ്ടിക്കുന്നത്.

ശാസ്ത്രീയ പഠനങ്ങൾ വ്യക്തമാക്കുന്നത് പ്രായപൂർത്തിയായവർക്കുപോലും പുതിയ ഭാഷകൾ വിജയകരമായി പഠിക്കാനും അതിൽ പ്രാവീണ്യം നേടാനും കഴിയുമെന്നാണ്.

അതിനാൽ "എനിക്ക് പ്രായമായി" എന്നത് ഒരു കാരണമല്ല.

2. ഭയത്തിൽ നിന്ന് ആത്മവിശ്വാസത്തിലേക്ക്

ഫ്ലുവൻസി ഒരു കഴിവാണെങ്കിൽ അതിനെ തടയുന്ന ഏറ്റവും വലിയ ശത്രു ബുദ്ധിശക്തിയല്ല.

ഭയമാണ്.

തെറ്റുകളെക്കുറിച്ചുള്ള ഭയം

പലരും സംസാരിക്കാൻ മടിക്കുന്നത് തെറ്റുകൾ സംഭവിക്കുമെന്ന ഭയം കൊണ്ടാണ്.

മറ്റുള്ളവർ പരിഹസിക്കുമോ എന്ന ആശങ്ക അവരെ തടയുന്നു.

പക്ഷേ ഓർക്കുക:

തെറ്റുകൾ വിജയത്തിലേക്കുള്ള ചവിട്ടുപടികളാണ്.

ഒരു കുഞ്ഞ് നടക്കാൻ പഠിക്കുമ്പോൾ പലതവണ വീഴും.

അതുകൊണ്ട് മാതാപിതാക്കൾ അവനോട് "നിനക്ക് നടക്കാൻ കഴിവില്ല" എന്ന് പറയുമോ?

ഒരിക്കലുമില്ല.

അവർ വീണ്ടും എഴുന്നേൽക്കാൻ പ്രോത്സാഹിപ്പിക്കും.

ഇംഗ്ലീഷിലും അതുതന്നെയാണ്.

ഓരോ തെറ്റും നിങ്ങൾ പഠിച്ചുകൊണ്ടിരിക്കുകയാണെന്നതിന്റെ തെളിവാണ്.

മറ്റുള്ളവരുടെ വിലയിരുത്തലിനെക്കുറിച്ചുള്ള ഭയം

ചിലർ കരുതുന്നു:

- എന്റെ ഉച്ചാരണം മോശമാണോ?
- എന്റെ വ്യാകരണം ശരിയാണോ?
- ആളുകൾ എന്ത് ചിന്തിക്കും?

സത്യം എന്താണെന്ന് അറിയാമോ?

മിക്ക ആളുകളും നിങ്ങളുടെ തെറ്റുകൾ അന്വേഷിക്കുന്നില്ല.

അവർ നിങ്ങൾ പറയുന്നത് മനസ്സിലാക്കാനാണ് ശ്രമിക്കുന്നത്.

അതിനാൽ ഓർക്കുക:

പൂർണതയേക്കാൾ പ്രധാനമാണ് ആശയവിനിമയം.

പൊതുവേദിയിൽ സംസാരിക്കാനുള്ള ഭയം

പലർക്കും മറ്റുള്ളവരുടെ മുന്നിൽ ഇംഗ്ലീഷ് സംസാരിക്കുന്നത് ഒരു വേദിയിൽ നിൽക്കുന്നതുപോലെ തോന്നും.

എന്നാൽ പരിശീലനം കൂടുമ്പോൾ ഭയം കുറയും.

ആരംഭിക്കുക:

- കണ്ണാടിയുടെ മുന്നിൽ സംസാരിക്കുക.
- അടുത്ത സുഹൃത്തുമായി സംസാരിക്കുക.
- നിങ്ങളുടെ ശബ്ദം റെക്കോർഡ് ചെയ്യുക.

ഓരോ ദിവസവും ഭയം കുറയുകയും ആത്മവിശ്വാസം വർധിക്കുകയും ചെയ്യും.

ആത്മവിശ്വാസം വളർത്താനുള്ള മാർഗങ്ങൾ

1. ദിവസവും പരിശീലിക്കുക

ദിവസവും 10 മിനിറ്റ് പോലും മതി.

തുടർച്ചയാണ് പ്രധാന കാര്യം.

2. ചെറിയ കാര്യങ്ങളിൽ നിന്ന് തുടങ്ങുക

"How are you?"

"I am fine."

ഇത്തരം ലളിതമായ വാക്യങ്ങളിൽ നിന്ന് ആരംഭിക്കുക.

3. ചെറിയ വിജയങ്ങൾ ആഘോഷിക്കുക

ഇന്ന് അഞ്ചു വാക്യങ്ങൾ സംസാരിച്ചോ?

അത് ഒരു വിജയമാണ്.

4. പോസിറ്റീവായി ചിന്തിക്കുക

"എനിക്ക് ഇംഗ്ലീഷ് അറിയില്ല"

എന്ന് പറയുന്നതിനുപകരം

"ഞാൻ ദിവസേന മെച്ചപ്പെടുന്നു"

എന്ന് പറയുക.

5. വ്യാകരണത്തെക്കാൾ ആശയവിനിമയത്തിൽ ശ്രദ്ധിക്കുക

സംസാരിക്കാൻ തുടങ്ങുക.

പിന്നീട് വ്യാകരണം മെച്ചപ്പെടുത്താം.

3. പ്രചോദനം നൽകുന്ന യഥാർത്ഥ ജീവിതകഥകൾ

ഗ്രാമത്തിൽ നിന്ന് ആഗോള വേദിയിലേക്ക്

റവി ഇന്ത്യയിലെ ഒരു ചെറിയ ഗ്രാമത്തിലാണ് വളർന്നത്.

അവന്റെ സ്കൂളിൽ ഇംഗ്ലീഷ് പഠിപ്പിച്ചിരുന്നുവെങ്കിലും സംസാരിക്കാൻ അവസരമുണ്ടായിരുന്നില്ല.

കോളേജിൽ പ്രസന്റേഷൻ നടത്തുമ്പോൾ അവൻ ബുദ്ധിമുട്ടി.

എന്നാൽ അവൻ ഒരു പരിശീലനരീതി സ്വീകരിച്ചു:

- 20 മിനിറ്റ് ഇംഗ്ലീഷ് വാർത്ത

• 20 മിനിറ്റ് കണ്ണാടിക്ക് മുന്നിൽ സംസാരിക്കൽ

• 10 മിനിറ്റ് ഇംഗ്ലീഷിൽ ഡയറി എഴുതൽ

ഒരു വർഷത്തിനുള്ളിൽ അവന്റെ ആത്മവിശ്വാസം വളർന്നു.

ഇന്ന് അവൻ ഒരു ബഹുരാഷ്ട്ര കമ്പനിയിൽ ജോലി ചെയ്യുകയും അമേരിക്കയിലെയും യൂറോപ്പിലെയും ഉപഭോക്താക്കൾക്ക് പ്രസന്റേഷനുകൾ നടത്തുകയും ചെയ്യുന്നു.

സ്വന്തം ശബ്ദം കണ്ടെത്തിയ വീട്ടമ്മ

മീന എന്ന വീട്ടമ്മയ്ക്ക് ഇംഗ്ലീഷ് സംസാരിക്കുന്നവരുടെ ഇടയിൽ നിൽക്കാൻ പോലും മടിയായിരുന്നു.

"ഇനി പഠിക്കാൻ പ്രായമായി" എന്ന് അവൾ കരുതി.

പക്ഷേ മകളുടെ പ്രോത്സാഹനത്തോടെ അവൾ ദിവസവും 10 മിനിറ്റ് ഇംഗ്ലീഷിൽ സംസാരിക്കാൻ തുടങ്ങി.

ഇംഗ്ലീഷ് പരിപാടികൾ കാണാൻ തുടങ്ങി.

മാസങ്ങൾക്കുശേഷം അവൾ ആത്മവിശ്വാസത്തോടെ ഇംഗ്ലീഷ് സംസാരിക്കാൻ തുടങ്ങി.

ഇന്ന് അവൾ സ്വന്തം പ്രദേശത്തെ സ്ത്രീകൾക്ക് അടിസ്ഥാന ഇംഗ്ലീഷ് പഠിപ്പിക്കുന്നു.

4. കഴിവ് വികസിക്കുന്നതിന്റെ ശാസ്ത്രം

ഇംഗ്ലീഷ് ഫ്ലുവൻസി ഒരു കഴിവാണെന്ന് തെളിയിക്കുന്ന നാല് ഘടകങ്ങൾ:

1. ആവർത്തനം

ദിവസേന സംസാരിക്കുന്നത് ഭാഷാ ശീലങ്ങൾ ശക്തമാക്കുന്നു.

2. പ്രതികരണം

അധ്യാപകരുടെയോ സുഹൃത്തുക്കളുടെയോ തിരുത്തലുകൾ പുരോഗതി വേഗത്തിലാക്കുന്നു.

3. ഘട്ടംഘട്ടമായ വളർച്ച

ഒറ്റ രാത്രികൊണ്ട് വിദഗ്ധനാകാൻ കഴിയില്ല.

4. സ്വാഭാവികത

മതിയായ പരിശീലനത്തിനുശേഷം സംസാരിക്കൽ സ്വാഭാവികമാകുന്നു

ഈ അധ്യായത്തിൽ നിന്ന് പഠിക്കേണ്ട പ്രധാന പാഠങ്ങൾ

• ഫ്ലുവൻസി ഒരു സമ്മാനമല്ല; പരിശീലനത്തിലൂടെ നേടുന്ന കഴിവാണ്.

• പ്രായമോ പശ്ചാത്തലമോ വിദ്യാഭ്യാസമോ തടസ്സമല്ല.

• ഏറ്റവും വലിയ ശത്രു വ്യാകരണമല്ല; ഭയമാണ്.

• ആത്മവിശ്വാസം വരുന്നത് സ്ഥിരമായ പരിശീലനത്തിലൂടെയാണ്.

• തുടർച്ചയായ പരിശ്രമത്തിലൂടെ ആർക്കും ഇംഗ്ലീഷ് സംസാരിക്കാൻ കഴിയും.

ഉപസംഹാരം

ഇംഗ്ലീഷിനെ ഒരു ഉപകരണമായി കാണുക.

ഒരു പേന ഉപയോഗിക്കാൻ പഠിക്കുന്നതുപോലെയോ സൈക്കിൾ ഓടിക്കാൻ പഠിക്കുന്നതുപോലെയോ ആണ് അത്.

അനായാസമായി സംസാരിക്കുന്നവരും മടിക്കുന്നവരും തമ്മിലുള്ള വ്യത്യാസം പ്രതിഭയല്ല.

തുടർച്ചയായ പരിശ്രമമാണ്.

നിങ്ങളുടെ ഫ്ലൂവൻസി യാത്ര ആരംഭിക്കുന്നത് നിങ്ങൾ

"എനിക്ക് കഴിയില്ല"

എന്ന് പറയുന്നത് നിർത്തി

"ഞാൻ പഠിച്ചുകൊണ്ടിരിക്കുകയാണ്"

എന്ന് പറയുന്ന നിമിഷത്തിലാണ്.

ഓർക്കുക:

നിങ്ങൾക്ക് പ്രതിഭ ആവശ്യമില്ല; പരിശീലനമാണ് വേണ്ടത്.

പൂർണത ആവശ്യമില്ല; ആത്മവിശ്വാസമാണ് വേണ്ടത്.

ലോകത്തിന് വേണ്ടത് ഒരു പൂർണ ഇംഗ്ലീഷ് സംസാരിക്കുന്ന ആളെയല്ല.

വ്യക്തതയോടെയും ധൈര്യത്തോടെയും സ്വന്തം ആശയങ്ങൾ പ്രകടിപ്പിക്കുന്ന നിങ്ങളുടെ യഥാർത്ഥ ശബ്ദത്തെയാണ്.

അധ്യായം 3

സംസാരിക്കാനുള്ള ശരിയായ മനോഭാവം വളർത്തുക

ആമുഖം

ഇംഗ്ലീഷ് അനായാസമായി സംസാരിക്കാൻ പഠിക്കുന്നതിനെക്കുറിച്ച് ആളുകൾ ചിന്തിക്കുമ്പോൾ, അവർ സാധാരണയായി വ്യാകരണം, പദസമ്പത്ത്, ഉച്ചാരണം എന്നിവയിൽ മാത്രമാണ് ശ്രദ്ധ കേന്ദ്രീകരിക്കുന്നത്. ഇവ പ്രധാനപ്പെട്ടവ തന്നെയാണ്. എന്നാൽ അവയല്ല ഏറ്റവും ശക്തമായ ഘടകങ്ങൾ.

യഥാർത്ഥത്തിൽ, ഫ്ലുവൻസിയുടെ ഏറ്റവും ശക്തമായ അടിത്തറ നിങ്ങളുടെ **മനോഭാവം (Mindset)** ആണ്.

ഇംഗ്ലീഷ് സംസാരിക്കുന്നതിനെക്കുറിച്ച് നിങ്ങളുടെ ഉള്ളിൽ നിലനിൽക്കുന്ന വിശ്വാസങ്ങളും സമീപനങ്ങളും ചിന്തകളും ചേർന്നതാണ് മനോഭാവം. നിങ്ങളുടെ മനസ്സ് ഭയവും മടിയും നെഗറ്റീവ് ചിന്തകളും കൊണ്ട് നിറഞ്ഞിരിക്കുകയാണെങ്കിൽ, ആയിരക്കണക്കിന് ഇംഗ്ലീഷ് വാക്കുകൾ അറിയാമെങ്കിലും നിങ്ങൾ സംസാരിക്കാൻ മടിക്കും.

എന്നാൽ ആത്മവിശ്വാസവും ധൈര്യവും പോസിറ്റീവ് ചിന്തയും നിറഞ്ഞ മനോഭാവം വളർത്തിയെടുക്കാൻ കഴിഞ്ഞാൽ, പരിമിതമായ പദസമ്പത്തുപോലും ഫലപ്രദമായ ആശയവിനിമയത്തിന് മതിയാകും.

ഈ അധ്യായത്തിൽ നമ്മൾ പഠിക്കുന്നത്:

- മടിയും നാണവും എങ്ങനെ മറികടക്കാം.
- വിവർത്തനം ചെയ്യുന്നതിന് പകരം ഇംഗ്ലീഷിൽ എങ്ങനെ ചിന്തിക്കാം.
- സ്വയം പ്രചോദനവും പോസിറ്റീവ് പരിശീലനവും ഫ്ലുവൻസി വർധിപ്പിക്കുന്നതെങ്ങനെ.

1. മടിയും നാണവും മറികടക്കുക

മടിയുടെ പ്രശ്നം

മിക്കവാറും എല്ലാ ഇംഗ്ലീഷ് പഠിതാക്കളും നേരിടുന്ന ഒരു പൊതുപ്രശ്നമാണ് മടി.

നിങ്ങൾക്ക് വാക്കുകൾ അറിയാം.

അവയുടെ അർത്ഥം മനസ്സിലാകും.

എന്നാൽ സംസാരിക്കേണ്ട സമയത്ത് മസ്തിഷ്കം പ്രവർത്തനരഹിതമാകുന്നു.

അപ്പോൾ മനസ്സിൽ ചില ചോദ്യങ്ങൾ ഉയരും:

- "തെറ്റുപറ്റിയാൽ എന്ത് ചെയ്യും?"
- "ആളുകൾ എന്നെ പരിഹസിച്ചാൽ?"
- "എന്റെ ഇംഗ്ലീഷ് മോശമാണെന്ന് കരുതിയാൽ?"

ഈ ഭയങ്ങളാണ് നിങ്ങളുടെ ശബ്ദത്തെ തടയുന്നത്.

നാം എന്തുകൊണ്ട് മടിക്കുന്നു?

ഇതിന് പ്രധാനമായും മൂന്ന് കാരണങ്ങളുണ്ട്:

1. തെറ്റുകളെക്കുറിച്ചുള്ള ഭയം

പലരും തെറ്റുകൾ സംഭവിക്കുന്നത് പരാജയമാണെന്ന് കരുതുന്നു.

2. മറ്റുള്ളവരുടെ വിലയിരുത്തലിനെക്കുറിച്ചുള്ള ഭയം

ആളുകൾ എന്ത് ചിന്തിക്കുമെന്ന് അവർ ആശങ്കപ്പെടുന്നു.

3. ആത്മവിശ്വാസക്കുറവ്

"എന്റെ ഇംഗ്ലീഷ് മതിയായതല്ല" എന്ന വിശ്വാസം അവരെ പിന്നോട്ട് വലിക്കുന്നു.

പക്ഷേ ഒരു സത്യം ഓർക്കുക:

മടി തുടക്കത്തിൽ സ്വാഭാവികമാണ്. പരിശീലനത്തിലൂടെ യാണ് അത് ഇല്ലാതാകുന്നത്.

കുട്ടികളിൽ നിന്ന് പഠിക്കാം

ഒരു കുഞ്ഞ് മാതൃഭാഷ പഠിക്കുന്നത് നോക്കൂ.

അവൻ സംസാരിക്കാൻ മടിക്കുമോ?

ഒരിക്കലുമില്ല.

അവൻ തെറ്റുകൾ ചെയ്യും.

വാക്കുകൾ തെറ്റായി ഉച്ചരിക്കും.

വാക്യങ്ങൾ തെറ്റിക്കും.

എന്നിട്ടും വീണ്ടും സംസാരിക്കും.

മാതാപിതാക്കൾ അവനെ പ്രോത്സാഹിപ്പിക്കും.

ക്രമേണ അവൻ അനായാസമായി സംസാരിക്കാൻ തുടങ്ങും.

ഇംഗ്ലീഷ് പഠിക്കുമ്പോഴും നിങ്ങൾ അതേ സമീപനം സ്വീകരിക്കണം.

മടി മറികടക്കാനുള്ള പ്രായോഗിക മാർഗങ്ങൾ

1. ആദ്യം നിങ്ങളോട് തന്നെ സംസാരിക്കുക

ദിവസവും ഇംഗ്ലീഷിൽ നിങ്ങളോട് തന്നെ സംസാരിക്കുക.

ഉദാഹരണങ്ങൾ:

- "I am cooking rice."

- "Now I am going to the market."
- "I am reading a book."

ഇത് മറ്റുള്ളവർ വിലയിരുത്തുമെന്ന ഭയമില്ലാതെ ആത്മവിശ്വാസം വളർത്തും.

2. കണ്ണാടിയുടെ മുന്നിൽ പരിശീലിക്കുക

ഒരു കണ്ണാടിയുടെ മുന്നിൽ നിൽക്കുക.

മറ്റൊരാളോട് സംസാരിക്കുന്നതുപോലെ സംസാരിക്കുക.

ഇത്:

- നാണം കുറയ്ക്കും
- ശരീരഭാഷ മെച്ചപ്പെടുത്തും
- ആത്മവിശ്വാസം വർധിപ്പിക്കും

3. ചെറിയ വാക്യങ്ങൾ സംസാരിക്കുക

ദീർഘമായ വാക്യങ്ങൾ പറയാൻ കാത്തിരിക്കേണ്ട.

ലളിതമായ വാക്യങ്ങളിൽ നിന്ന് തുടങ്ങുക.

ഉദാഹരണം:

- "I like tea."
- "I am happy."
- "Today is a good day."

വാക്യത്തിന്റെ നീളമല്ല പ്രധാനം.

തുടർച്ചയാണ് പ്രധാനമായത്.

4. നിങ്ങളിൽ നിന്ന് സന്ദേശത്തിലേക്ക് ശ്രദ്ധ മാറ്റുക

"ഞാൻ എങ്ങനെ കേൾക്കപ്പെടുന്നു?" എന്ന് ചിന്തിക്കേണ്ട.

പകരം

"എന്റെ സന്ദേശം എത്തുന്നുണ്ടോ?" എന്ന് ചിന്തിക്കുക.

നിങ്ങളുടെ വ്യാകരണം പൂർണമായില്ലെങ്കിലും കേൾക്കുന്നയാൾക്ക് കാര്യം മനസ്സിലായാൽ നിങ്ങൾ വിജയിച്ചു.

5. പിന്തുണയുള്ള ഒരു അന്തരീക്ഷം കണ്ടെത്തുക

ഓൺലൈനിലോ ഓഫ്‌ലൈനിലോ ഒരു പരിശീലന ഗ്രൂപ്പിൽ ചേരുക.

പ്രോത്സാഹിപ്പിക്കുന്ന ആളുകളുടെ കൂട്ടത്തിലാണ് ആത്മവിശ്വാസം വളരുന്നത്

അഞ്ജലിയുടെ കഥ

അഞ്ജലി ഒരു കോളേജ് വിദ്യാർത്ഥിനിയായിരുന്നു.

ക്ലാസിൽ ഒരിക്കലും സംസാരിക്കാറില്ലായിരുന്നു.

ഇംഗ്ലീഷിനെക്കുറിച്ചുള്ള അറിവ് നല്ലതായിരുന്നു.

പക്ഷേ മടിയാണ് അവളെ തടഞ്ഞത്.

അവൾ ആദ്യം ഒറ്റയ്ക്ക് പരിശീലനം തുടങ്ങി.

- ഉറക്കെ വായിച്ചു.
- സ്വന്തം ശബ്ദം റെക്കോർഡ് ചെയ്തു.
- ഇംഗ്ലീഷിൽ സ്വയം സംസാരിച്ചു.

ക്രമേണ ആത്മവിശ്വാസം വളർന്നു.

ഒരു ദിവസം അധ്യാപകൻ ഒരു ചോദ്യം ചോദിച്ചപ്പോൾ അവൾ എഴുന്നേറ്റ് വ്യക്തമായി മറുപടി പറഞ്ഞു.

ക്ലാസിലെ എല്ലാവരും കൈയടിച്ചു.

ആ നിമിഷം അവളുടെ ജീവിതം മാറ്റിമറിച്ചു.

നാണം താൽക്കാലികമാണ്. ഫ്ലുവൻസി ശാശ്വതമാണ്.

2. വിവർത്തനം ചെയ്യുന്നതോ ഇംഗ്ലീഷിൽ ചിന്തിക്കുന്നതോ?

വിവർത്തനത്തിന്റെ കുടുക്ക്

ഫ്ലുവൻസിയുടെ ഏറ്റവും വലിയ ശത്രുക്കളിലൊന്നാണ് മാതൃഭാഷയിൽ നിന്ന് ഇംഗ്ലീഷിലേക്ക് വിവർത്തനം ചെയ്യാനുള്ള ശീലം.

ഉദാഹരണത്തിന്:

"എനിക്ക് വിശക്കുന്നു"

എന്ന് ചിന്തിച്ച ശേഷം

"I am hungry"

എന്ന് പറയാൻ ശ്രമിക്കുന്നു.

ഈ ഇടനില പ്രക്രിയ:

- സംസാരവേഗം കുറയ്ക്കുന്നു
- തെറ്റുകൾ വർധിപ്പിക്കുന്നു
- മടി സൃഷ്ടിക്കുന്നു

ഇംഗ്ലീഷിൽ ചിന്തിക്കേണ്ടത് എന്തുകൊണ്ട്?

ഫ്ലുവൻസി എന്നത് താമസമില്ലാതെ സംസാരിക്കാനുള്ള കഴിവാണ്.

അതിന് നിങ്ങളുടെ മസ്തിഷ്കം നേരിട്ട് ഇംഗ്ലീഷിൽ ചിന്തിക്കാൻ പരിശീലിക്കണം.

അപ്പോൾ വാക്കുകൾ സ്വാഭാവികമായി ഒഴുകിവരും.

ഇംഗ്ലീഷിൽ ചിന്തിക്കാൻ മസ്തിഷ്കത്തെ പരിശീലിപ്പിക്കുക

1. ചെറിയ ചിന്തകളിൽ നിന്ന് ആരംഭിക്കുക

- I am hungry.
- I am tired.
- I need water.
- It is raining.

ഇത്തരത്തിലുള്ള ലളിതമായ ചിന്തകൾ ഇംഗ്ലീഷിൽ തന്നെ രൂപപ്പെടുത്തുക.

2. ചുറ്റുമുള്ള വസ്തുക്കൾക്ക് ഇംഗ്ലീഷ് പേരുകൾ നൽകുക

- This is a chair.
- That is a fan.
- This is my phone.

ഇത് നേരിട്ടുള്ള ബന്ധം സൃഷ്ടിക്കും.

3. ദൈനംദിന തീരുമാനങ്ങൾ ഇംഗ്ലീഷിൽ എടുക്കുക

- Should I wear the blue shirt?
- What should I eat today?
- Shall I go now?

4. ഇംഗ്ലീഷ് ഡയറി എഴുതുക

ഓരോ ദിവസവും കുറച്ച് വാക്യങ്ങൾ എഴുതുക.

ഉദാഹരണം:

"Today I woke up at six."

"I met my friend."

"I learned five new words."

5. മനസ്സിൽ സംഭാഷണങ്ങൾ നടത്തുക

ഒരു സുഹൃത്തിനോട് സംസാരിക്കുന്നതായി സങ്കൽപ്പിക്കുക.

- How are you?
- I am fine.
- What did you do today?

ഇത് ഫ്ലുവൻസി വർധിപ്പിക്കും.

3. സ്വയം പ്രചോദനവും പോസിറ്റീവ് പരിശീലനവും

പ്രചോദനത്തിന്റെ പ്രാധാന്യം

ഫ്ലുവൻസി ഒരു ദിവസത്തെ അത്ഭുതമല്ല.

ഇത് ഒരു യാത്രയാണ്.

ആ യാത്രയിലെ ഇന്ധനമാണ് പ്രചോദനം.

സ്വയം പ്രചോദിപ്പിക്കേണ്ടത് എന്തുകൊണ്ട്?

അധ്യാപകരും സുഹൃത്തുക്കളും നിങ്ങളെ പ്രോത്സാഹിപ്പിച്ചേക്കാം.

എന്നാൽ ഏറ്റവും പ്രധാനപ്പെട്ട പ്രചോദനം നിങ്ങളിൽ നിന്നു തന്നെ വരണം.

ദിവസവും നിങ്ങൾ സ്വയം പറയണം:

"എന്തായാലും ഇന്ന് ഞാൻ പരിശീലിക്കും."

ദിവസേന പ്രചോദനം നിലനിർത്താൻ
ചെറിയ ലക്ഷ്യങ്ങൾ നിശ്ചയിക്കുക

"ഒരു വർഷത്തിനുള്ളിൽ ഫ്ലുവൻറാകും" എന്ന് പറയുന്നതിന് പകരം

"ഇന്ന് അഞ്ച് പുതിയ വാക്കുകൾ പഠിക്കും" എന്ന് പറയുക.

പുരോഗതി രേഖപ്പെടുത്തുക

ദിവസവും നിങ്ങൾ എന്ത് പഠിച്ചു എന്ന് എഴുതിവയ്ക്കുക.

സ്വയം പ്രതിഫലം നൽകുക

പരിശീലനം പൂർത്തിയാക്കിയ ശേഷം ഇഷ്ടപ്പെട്ട ഒരു കാര്യം ചെയ്യുക.

ഇംഗ്ലീഷിനൊപ്പം ജീവിക്കുക

- ഇംഗ്ലീഷ് സിനിമകൾ കാണുക
- പാട്ടുകൾ കേൾക്കുക
- പുസ്തകങ്ങൾ വായിക്കുക

നിങ്ങളുടെ ലക്ഷ്യം ഓർക്കുക

സ്വയം ചോദിക്കുക:

- എനിക്ക് നല്ല ജോലി വേണോ?
- വിദേശത്ത് പഠിക്കണോ?
- ആത്മവിശ്വാസത്തോടെ യാത്ര ചെയ്യണോ?

ഈ കാരണം ദിവസവും ഓർക്കുക.

ഈ അധ്യായത്തിൽ നിന്ന് പഠിക്കേണ്ട പ്രധാന പാഠങ്ങൾ

- ഫ്ലുവൻസിയുടെ അടിത്തറ മനോഭാവമാണ്.

- മടിയും നാണവും പരിശീലനത്തിലൂടെ മാറ്റാം.
- വിവർത്തനം ചെയ്യാതെ ഇംഗ്ലീഷിൽ ചിന്തിക്കുന്നത് സംസാരവേഗം വർധിപ്പിക്കുന്നു.
- സ്വയം പ്രചോദനമാണ് വിജയത്തിന്റെ ഇന്ധനം.
- സന്തോഷത്തോടെയും ആത്മവിശ്വാസത്തോടെയും നടത്തുന്ന പരിശീലനം ദീർഘകാല പുരോഗതി നൽകുന്നു.

ഉപസംഹാരം

ഫ്ലുവൻസി ആദ്യം ജനിക്കുന്നത് മനസ്സിലാണ്.

വാക്കുകളും വ്യാകരണവും പഠിക്കുന്നതിന് മുമ്പ് നിങ്ങളുടെ ചിന്തകളെ നിയന്ത്രിക്കാൻ നിങ്ങൾ പഠിക്കണം.

നിങ്ങളുടെ മനോഭാവം ദുർബലമാണെങ്കിൽ ഭയം നിങ്ങളെ നിയന്ത്രിക്കും.

എന്നാൽ മനോഭാവം ശക്തമാണെങ്കിൽ നിങ്ങളെ തടയാൻ ഒന്നിനും കഴിയില്ല.

അതിനാൽ ഇന്ന് തന്നെ ആരംഭിക്കുക:

- തെറ്റുകളെ ഭയക്കാതെ സംസാരിക്കുക.
- ഇംഗ്ലീഷിൽ ചിന്തിക്കാൻ മസ്തിഷ്കത്തെ പരിശീലിപ്പിക്കുക.
- ചെറിയ ലക്ഷ്യങ്ങളിലൂടെ സ്വയം പ്രചോദിപ്പിക്കുക.
- സമ്മർദ്ദമില്ലാതെ സന്തോഷത്തോടെ പരിശീലിക്കുക.

ഓർക്കുക:

ഇംഗ്ലീഷ് സംസാരിക്കുന്നത് വാക്കുകളെക്കുറിച്ച് മാത്രമല്ല; അത് നിങ്ങളിൽ വിശ്വസിക്കുന്നതിനെക്കുറിച്ചുമാണ്.

ശരിയായ മനോഭാവം വളർത്തിയാൽ, ഫ്ലുവൻസി സ്വാഭാവികമായി നിങ്ങളെ തേടിയെത്തും.

അധ്യായം 4

അടിസ്ഥാനങ്ങൾ പാകുക: പദസമ്പത്തും വാക്യപ്രയോഗങ്ങളും

ആമുഖം

ഇഷ്ടികകളില്ലാതെ ഒരു വീട് നിർമ്മിക്കാൻ ശ്രമിക്കുന്നതായി സങ്കൽപ്പിക്കുക. അത് അസാധ്യമാണ്. അതുപോലെ തന്നെ, ഇംഗ്ലീഷ് പഠിക്കുമ്പോൾ നിങ്ങളുടെ **പദസമ്പത്തും (Vocabulary) വാക്യപ്രയോഗങ്ങളും (Phrases)** ശക്തമായ ആശയവിനിമയത്തിന്റെ അടിസ്ഥാന ഇഷ്ടികകളാണ്.

വ്യാകരണം ഒരു കെട്ടിടത്തിന്റെ ഘടന നൽകാം. എന്നാൽ വാക്കുകളും പ്രയോഗങ്ങളും ഇല്ലെങ്കിൽ നിങ്ങൾക്ക് സംസാരിക്കാൻ കഴിയില്ല.

പല പഠിതാക്കളും ചെയ്യുന്ന ഒരു വലിയ തെറ്റാണ് അപൂർവവും ബുദ്ധിമുട്ടുള്ളതുമായ വാക്കുകൾ മനഃപാഠമാക്കുന്നത്.

ഉദാഹരണത്തിന്:

- Archaic
- Plethora
- Juxtaposition

പോലുള്ള വാക്കുകൾ അവർ പഠിക്കുന്നു.

എന്നാൽ ഭക്ഷണം ഓർഡർ ചെയ്യുകയോ വഴി ചോദിക്കുകയോ പോലുള്ള സാധാരണ സംഭാഷണങ്ങളിൽ അവർ ബുദ്ധിമുട്ടുന്നു.

കാരണം ഫ്ലുവൻസി അപൂർവ വാക്കുകളിൽ നിന്നല്ല വരുന്നത്. ദൈനംദിന ജീവിതത്തിൽ ഉപയോഗിക്കാവുന്ന ലളിതവും പ്രായോഗികവുമായ വാക്കുകളിൽ നിന്നും വാക്യപ്രയോഗങ്ങളിൽ നിന്നുമാണ് അത് വളരുന്നത്.

ഈ അധ്യായത്തിൽ നാം പഠിക്കുന്നത്:

- ദിവസേന ഉപയോഗിക്കേണ്ട പ്രധാന വാക്കുകളും വാക്യപ്രയോഗങ്ങളും.
- വിരസമായ മനഃപാഠത്തിന് പകരം സന്ദർഭങ്ങളിലൂടെ വാക്കുകൾ പഠിക്കുന്ന രീതി.
- വാക്കുകൾ ദീർഘകാലം ഓർമ്മയിൽ നിലനിർത്താനുള്ള ലളിതമായ സാങ്കേതിക വിദ്യകൾ.

ഈ അധ്യായത്തിന്റെ അവസാനം നിങ്ങൾ വാക്കുകൾ അറിയുക മാത്രമല്ല, അവയെ സ്വന്തമാക്കുകയും ചെയ്യും.

1. അനിവാര്യമായ വാക്കുകളും ദൈനംദിന വാക്യപ്രയോഗങ്ങളും

ദൈനംദിന വാക്കുകൾ എന്തുകൊണ്ട് പ്രധാനമാണ്?

ഇംഗ്ലീഷ് ഭാഷയിൽ ഏകദേശം 1,70,000-ത്തിലധികം സജീവ വാക്കുകൾ ഉണ്ട്.

എന്നാൽ ഒരു രഹസ്യമുണ്ട്:

അവയെല്ലാം നിങ്ങൾ പഠിക്കേണ്ടതില്ല.

ഗവേഷണങ്ങൾ കാണിക്കുന്നത് 2,000 മുതൽ 3,000 വരെ സാധാരണ വാക്കുകൾ അറിയുന്നതിലൂടെ ദൈനംദിന സംഭാഷണങ്ങളുടെ 80% മുതൽ 90% വരെ കൈകാര്യം ചെയ്യാനാകുമെന്നാണ്.

അതിനാൽ സാധാരണ ഉപയോഗിക്കുന്ന വാക്കുകളിലും വാക്യപ്രയോഗങ്ങളിലുമാണ് ശ്രദ്ധ കേന്ദ്രീകരിക്കേണ്ടത്.

പ്രധാന വാക്കുകളുടെ വിഭാഗങ്ങൾ

1. ദൈനംദിന പ്രവർത്തനങ്ങൾ

- Eat - ഭക്ഷിക്കുക
- Drink - കുടിക്കുക
- Sleep - ഉറങ്ങുക
- Go - പോകുക
- Come - വരുക
- Work - ജോലി ചെയ്യുക
- Study - പഠിക്കുക
- Play - കളിക്കുക

2. സമയം

- Today - ഇന്ന്
- Tomorrow - നാളെ
- Yesterday - ഇന്നലെ
- Morning - രാവിലെ
- Night - രാത്രി
- Week - ആഴ്ച
- Month - മാസം

3. സംഖ്യകളും പണവും

- One
- Two
- Three
- Hundred
- Thousand
- Price
- Cost

4. ആളുകളും ബന്ധങ്ങളും

- Friend - സുഹൃത്ത്
- Family - കുടുംബം

- Teacher - അധ്യാപകൻ
- Boss - മേലധികാരി
- Colleague - സഹപ്രവർത്തകൻ

5. യാത്രയും സ്ഥലങ്ങളും

- Bus
- Train
- Airport
- Hotel
- Road
- Shop
- Restaurant

6. വികാരങ്ങൾ

- Happy - സന്തോഷം
- Sad - ദുഃഖം
- Angry - കോപം
- Excited - ആവേശം
- Tired - ക്ഷീണം
- Worried - ആശങ്ക
- Relaxed - ശാന്തം

7. അടിസ്ഥാന ആവശ്യങ്ങൾ

- Water - വെള്ളം
- Food - ഭക്ഷണം
- Clothes - വസ്ത്രം
- House - വീട്
- Phone - ഫോൺ
- Money - പണം

ഈ വാക്കുകൾ കൈവശപ്പെടുത്തിയാൽ നിങ്ങളുടെ ജീവിതം, ആവശ്യങ്ങൾ, ചുറ്റുപാട് എന്നിവയെക്കുറിച്ച് എളുപ്പത്തിൽ സംസാരിക്കാനാകും.

ദൈനംദിന സംഭാഷണങ്ങൾക്ക് ആവശ്യമായ വാക്യപ്രയോഗങ്ങൾ

വാക്കുകളേക്കാൾ പ്രധാനമാണ് വാക്യപ്രയോഗങ്ങൾ.

കാരണം ആളുകൾ ഒറ്റപ്പെട്ട വാക്കുകളല്ല, വാക്യഭാഗങ്ങളാണ് ഉപയോഗിക്കുന്നത്.

അഭിവാദ്യങ്ങൾ

- Hi, how are you?
- Nice to meet you.
- Good morning.
- Good evening.

സഹായം ചോദിക്കാൻ

- Could you please help me?
- Can you repeat that?
- Excuse me, where is the bus station?

ഷോപ്പിംഗിലും ഹോട്ടലുകളിലും

- How much does this cost?
- I'd like to buy this.
- Can I have a cup of tea, please?

സാധാരണ സംഭാഷണങ്ങൾ

- What are you doing?
- That's interesting.
- I don't understand.

മര്യാദാപൂർവ്വമായ പ്രയോഗങ്ങൾ

- Thank you very much.
- You're welcome.
- Sorry, I made a mistake.

ഇത്തരം വാക്യങ്ങൾ പഠിച്ചാൽ ഓരോ തവണയും പുതിയ വാക്യങ്ങൾ നിർമ്മിക്കേണ്ട ആവശ്യമില്ല.

2. സന്ദർഭങ്ങളിലൂടെ പദസമ്പത്ത് പഠിക്കുക

വാക്കുകളുടെ പട്ടികകളുടെ പ്രശ്നം

പലരും നിഘണ്ടുവിൽ നിന്ന് വാക്കുകൾ എഴുതി മനഃപാഠമാക്കുന്നു.

ഉദാഹരണം:

Apple - ഒരു പഴം

Run - ഓടുക

Beautiful - സുന്ദരം

ഇത്തരം പഠനരീതി ഫലപ്രദമല്ല.

കാരണം ഒറ്റയ്ക്ക് പഠിച്ച വാക്കുകൾ വേഗത്തിൽ മറക്കും.

സന്ദർഭം എന്തുകൊണ്ട് പ്രധാനമാണ്?

ഒരു വാക്കിനെ ഒരു വാക്യത്തിലോ കഥയിലോ സാഹചര്യത്തിലോ പഠിക്കുന്നതിനെയാണ് Context എന്നു പറയുന്നത്.

ഉദാഹരണം:

Hungry = വിശക്കുന്നു

എന്ന് പഠിക്കുന്നതിനേക്കാൾ,

"I didn't eat lunch. I am very hungry."

എന്ന വാക്യത്തിൽ പഠിച്ചാൽ അതിന്റെ ഉപയോഗം വ്യക്തമായി മനസ്സിലാകും.

സന്ദർഭങ്ങളിലൂടെ പഠിക്കാനുള്ള മാർഗങ്ങൾ

1. കഥകളും ലേഖനങ്ങളും വായിക്കുക

ചെറിയ കഥകൾ വായിക്കുക.

പുതിയ വാക്കുകൾ കണ്ടാൽ അവ എങ്ങനെ ഉപയോഗിച്ചിരിക്കുന്നുവെന്ന് ശ്രദ്ധിക്കുക.

2. സിനിമകളും പരിപാടികളും കാണുക

ഉദാഹരണം:

"I'm tired. Let's take a break."

ഇവിടെ tired എന്ന വാക്കിന്റെ സ്വാഭാവിക ഉപയോഗം മനസ്സിലാക്കാം.

3. വാക്കുകുടുംബങ്ങൾ പഠിക്കുക

ഉദാഹരണം:

Happy

Happiness

Happily

ഒരുമിച്ച് പഠിക്കുന്നത് പദസമ്പത്ത് വർധിപ്പിക്കും.

4. പുതിയ വാക്കുകൾ ഉടൻ ഉപയോഗിക്കുക

Confident എന്ന വാക്ക് പഠിച്ചാൽ:

"I feel confident about my exam."

എന്ന് ഒരു വാക്യം നിർമ്മിക്കുക.

കഥയിലൂടെ പഠിക്കാം

താഴെപ്പറയുന്ന വാക്കുകൾ വേർതിരിച്ച് പഠിക്കുന്നതിനേക്കാൾ:

Travel

Ticket

Train

Journey

Station

ഇങ്ങനെ പഠിക്കുക:

"Yesterday I bought a ticket at the train station for my journey. I love to travel by train."

ഒരു വാക്യത്തിൽ അഞ്ച് വാക്കുകൾ!

3. വാക്കുകൾ ഓർമ്മയിൽ സൂക്ഷിക്കാനുള്ള ലളിത സാങ്കേതിക വിദ്യകൾ

a) ഇടവിട്ടുള്ള ആവർത്തനം

ഇന്ന് പഠിച്ച വാക്ക്:

നാളെ ആവർത്തിക്കുക.

3 ദിവസം കഴിഞ്ഞ് വീണ്ടും.

ഒരു ആഴ്ചയ്ക്ക് ശേഷം വീണ്ടും.

ഒരു മാസം കഴിഞ്ഞ് വീണ്ടും.

ഇത് ദീർഘകാല ഓർമ്മശക്തി വർധിപ്പിക്കും.

b) ബന്ധപ്പെടുത്തൽ

പുതിയ വാക്കുകളെ നിങ്ങൾക്കറിയാവുന്ന കാര്യങ്ങളുമായി ബന്ധിപ്പിക്കുക.

ഉദാഹരണം:

Brisk = വേഗതയുള്ള

പാർക്കിലൂടെ വേഗത്തിൽ നടക്കുന്നതായി സങ്കൽപ്പിക്കുക.

c) ചിത്രസഹായം

Umbrella എന്ന വാക്ക് പഠിക്കുമ്പോൾ ഒരു കുടയുടെ ചിത്രം വരയ്ക്കുക.

മസ്തിഷ്കം ചിത്രങ്ങളെ കൂടുതൽ ഓർക്കും.

d) ഓർമ്മസൂത്രങ്ങൾ

Stubborn എന്ന വാക്ക് ഓർക്കാൻ:

"ഒരു പിടിവാശിക്കാരനായ കഴുത നീങ്ങാൻ തയ്യാറല്ല."

എന്ന് സങ്കൽപ്പിക്കുക.

e) ഉടൻ സംസാരിക്കുക

Delicious എന്ന വാക്ക് പഠിച്ചോ?

അന്നുതന്നെ പറയുക:

"This food is delicious."

f) വാക്കുകൾ മാത്രമല്ല, വാക്യങ്ങളും പഠിക്കുക

Decision എന്ന വാക്കിനേക്കാൾ:

"Make a decision"

എന്ന പ്രയോഗം പഠിക്കുക.

g) അഞ്ച് വാക്കുകളുടെ നിയമം

ദിവസവും 5 പുതിയ വാക്കുകൾ പഠിക്കുക.

ഒരു വർഷത്തിൽ:

5 × 365 = 1825 വാക്കുകൾ!

പഠിതാക്കൾ ചെയ്യുന്ന സാധാരണ തെറ്റുകൾ

1. അപൂർവ വാക്കുകൾ പഠിക്കൽ

ആദ്യം സാധാരണ ഉപയോഗിക്കുന്ന വാക്കുകളിൽ ശ്രദ്ധ കേന്ദ്രീകരിക്കുക.

2. പരിശീലനമില്ലാത്ത മനഃപാഠം

വാക്കുകൾ സംസാരത്തിലോ എഴുത്തിലോ ഉപയോഗിക്കാത്തപക്ഷം അവ മറക്കും.

3. പുതിയ വാക്കുകൾ ഉപയോഗിക്കാൻ ഭയക്കുക

തെറ്റിയാലും ഉപയോഗിക്കുക.

അപ്പോഴാണ് പഠനം ഉറപ്പാകുന്നത്.

4. വാക്യപ്രയോഗങ്ങളെ അവഗണിക്കൽ

"I go office"

എന്നതിനുപകരം

"I am going to the office"

എന്നാണ് ശരിയായ പ്രയോഗം.

ദൈനംദിന പരിശീലനങ്ങൾ

Word of the Day

പ്രതിദിനം ഒരു പുതിയ വാക്ക് പഠിക്കുക.

Phrase of the Day

പ്രതിദിനം ഒരു പുതിയ വാക്യപ്രയോഗം പഠിക്കുക.

Flash Cards

ഒരു വശത്ത് ഇംഗ്ലീഷ്.

മറ്റൊരു വശത്ത് അർത്ഥം.

കഥ നിർമ്മിക്കുക

അഞ്ച് വാക്കുകൾ എടുത്ത് ഒരു കഥ എഴുതുക.

Conversation Challenge

24 മണിക്കൂറിനുള്ളിൽ പുതിയ വാക്ക് സംഭാഷണത്തിൽ ഉപയോഗിക്കുക.

പ്രധാന പാഠങ്ങൾ

- പദസമ്പത്തും വാക്യപ്രയോഗങ്ങളും ഫ്ലുവൻസിയുടെ അടിത്തറയാണ്.
- അപൂർവ വാക്കുകളല്ല, ദൈനംദിന വാക്കുകളാണ് പ്രധാനം.
- സന്ദർഭങ്ങളിലൂടെ പഠിക്കുക.
- ഇടവിട്ടുള്ള ആവർത്തനം, ബന്ധപ്പെടുത്തൽ, ചിത്രങ്ങൾ എന്നിവ ഉപയോഗിക്കുക.
- വായന, എഴുത്ത്, കേൾവി, സംഭാഷണം എന്നിവയിലൂടെ ദിവസേന പരിശീലിക്കുക.
- വാക്കുകൾ അറിയുക മാത്രമല്ല, സ്വാഭാവികമായി ഉപയോഗിക്കാനും പഠിക്കുക.

ഉപസംഹാരം

വാക്കുകളാണ് ആശയവിനിമയത്തിന്റെ ഉപകരണങ്ങൾ.

അവ ഇല്ലാതെ ചിന്തകളും ആശയങ്ങളും വികാരങ്ങളും പ്രകടിപ്പിക്കാൻ കഴിയില്ല.

എന്നാൽ ഓർക്കുക:

ഇംഗ്ലീഷിൽ അനായാസമായി സംസാരിക്കാൻ 1,70,000 വാക്കുകൾ അറിയേണ്ടതില്ല.

ശരിയായ വാക്കുകളും ശരിയായ വാക്യപ്രയോഗങ്ങളും മതി.

പുതിയ വാക്കുകളെ പുതിയ സുഹൃത്തുക്കളെപ്പോലെ കാണുക.

അവരെ പരിചയപ്പെടുക.

അവരോട് സംസാരിക്കുക.

അവരോടൊപ്പം സമയം ചെലവഴിക്കുക.

ക്രമേണ അവ നിങ്ങളുടെ ജീവിതത്തിന്റെ ഭാഗമാകും.

ഫ്ലുവൻസിയിലേക്കുള്ള യാത്ര ഒരു വാക്കിൽ നിന്നാണ് ആരംഭിക്കുന്നത്.

ആ വാക്ക് പഠിക്കുക.

ഉപയോഗിക്കുക.

ആശയവിനിമയത്തിന്റെ പുതിയ ലോകത്തിലേക്കുള്ള വാതിൽ തുറക്കുക.

പടി പടിയായി നിങ്ങളുടെ പദസമ്പത്ത് വളരും.

വാക്യങ്ങൾ സ്വാഭാവികമായി ഒഴുകും.

നിങ്ങളുടെ ഇംഗ്ലീഷ് ഫ്ലുവൻസി തിളങ്ങിത്തുടങ്ങും.

ഭാഗം II - പ്രായോഗിക സംസാര നൈപുണ്യങ്ങൾ

അധ്യായം 5

ആദ്യം കേൾക്കുന്നതിന്റെ ശക്തി

ആമുഖം

ഒരു ഭാഷ സംസാരിക്കാൻ പഠിക്കുന്നതിനെക്കുറിച്ച് ചിന്തിക്കുമ്പോൾ, മിക്ക ആളുകളും പദസമ്പത്ത് മനഃപാഠമാക്കുന്നതോ, വ്യാകരണനിയമങ്ങൾ പഠിക്കുന്നതോ, കണ്ണാടിയുടെ മുന്നിൽ സംഭാഷണങ്ങൾ പരിശീലിക്കുന്നതോ ആണ് മനസ്സിൽ കാണുന്നത്. ഈ രീതികൾ സഹായകരമാണെങ്കിലും, അനായാസമായി സംസാരിക്കാനുള്ള യഥാർത്ഥ രഹസ്യം മറ്റൊന്നാണ്:

ആദ്യം കേൾക്കുക.

ഒരു ഭാഷ ആദ്യം ചെവികളിലൂടെ മനസ്സിലേക്ക് കടക്കുന്നു; അതിനുശേഷമാണ് അത് വായിലൂടെ പുറത്തുവരുന്നത്.

ഒരു കുഞ്ഞ് മാതൃഭാഷ സംസാരിക്കാൻ പഠിക്കുന്നത് മാതാപിതാക്കളെയും സുഹൃത്തുക്കളെയും ചുറ്റുമുള്ള ആളുകളെയും വർഷങ്ങളോളം കേട്ടുകൊണ്ടാണ്. പൂർണ്ണമായ വാക്യങ്ങൾ സംസാരിക്കാൻ തുടങ്ങുന്നതിന് മുമ്പ് തന്നെ ഭാഷയുടെ ശബ്ദങ്ങളും താളവും അർത്ഥവും അത് മനസ്സിലാക്കുന്നു.

ഇംഗ്ലീഷ് അനായാസമായി സംസാരിക്കാനുള്ള നിങ്ങളുടെ യാത്രയും കേൾവിയിൽ നിന്നാണ് ആരംഭിക്കുന്നത്.

ഫ്ലുവൻസിയുടെ താക്കോൽ എന്തുകൊണ്ട് കേൾവിയാണ്?

കേൾക്കുക എന്നത് ഒരു നിഷ്ക്രിയ പ്രവർത്തനമല്ല.

സംസാരശേഷി വളരുന്ന അടിത്തറയാണ് അത്.

നിങ്ങൾ ശ്രദ്ധാപൂർവ്വം കേൾക്കുമ്പോൾ വാക്കുകൾ മാത്രം കേൾക്കുന്നില്ല.

നിങ്ങൾ ഉൾക്കൊള്ളുന്നത്:

- വാക്കുകളുടെ ഉച്ചാരണം
- ഭാഷയുടെ താളവും സംഗീതാത്മകതയും
- സന്ദർഭങ്ങളിലുള്ള പദസമ്പത്ത്
- വാക്യഘടനകൾ
- ആശയവിനിമയരീതികൾ

കേൾവിയെ നിങ്ങളുടെ മസ്തിഷ്കത്തിന്റെ പരിശീലനമായി കാണുക.

ഓരോ തവണ കേൾക്കുമ്പോഴും നിങ്ങളുടെ മസ്തിഷ്കം ശബ്ദങ്ങളും താളങ്ങളും അർത്ഥങ്ങളും രേഖപ്പെടുത്തുന്നു.

കാലക്രമേണ അവ പരിചിതമാകുന്നു.

അപ്പോൾ സംസാരിക്കാൻ ശ്രമിക്കുമ്പോൾ നിങ്ങളുടെ നാവ് സ്വാഭാവികമായി അവയെ പിന്തുടരും.

നല്ല കേൾവിപരിശീലനം ഇല്ലെങ്കിൽ സംസാരിക്കൽ എപ്പോഴും കൃത്രിമമായി തോന്നും.

എന്നാൽ കേൾവിയിൽ മുഴുകിയാൽ സംസാരിക്കൽ സ്വാഭാവികമാകും.

കേൾവി സംസാരശേഷി മെച്ചപ്പെടുത്തുന്നത് എങ്ങനെ?

1. സ്വാഭാവിക ഉച്ചാരണം വളർത്തുന്നു

ഒരു വാക്ക് പുസ്തകത്തിൽ വായിക്കുന്നത് മാത്രം മതിയാകില്ല.

അത് എങ്ങനെ ഉച്ചരിക്കപ്പെടുന്നു എന്ന് കേൾക്കണം.

ഉദാഹരണത്തിന്:

- Comfortable
- Wednesday

പോലുള്ള വാക്കുകൾ പലരും തെറ്റായി ഉച്ചരിക്കുന്നു.

കേൾവി ഈ തെറ്റുകൾ തിരുത്തുകയും യഥാർത്ഥ ഇംഗ്ലീഷ് ശബ്ദങ്ങളിലേക്ക് നിങ്ങളുടെ ചെവിയെ പരിശീലിപ്പിക്കുകയും ചെയ്യുന്നു.

2. ശബ്ദത്തിന്റെ ഉയർച്ചതാഴ്ചകൾ പഠിപ്പിക്കുന്നു

ഇംഗ്ലീഷ് ഒരു നിരപ്പായ ഭാഷയല്ല.

അതിന് ഉയർച്ചയും താഴ്ചയും ഉണ്ട്.

സ്വദേശികളായ സംസാരിക്കുന്നവരെ കേൾക്കുന്നതിലൂടെ നിങ്ങൾ പഠിക്കുന്നത്:

- ഏത് വാക്കുകൾക്ക് പ്രാധാന്യം നൽകണം
- എവിടെ ഇടവേള എടുക്കണം
- വികാരങ്ങൾ എങ്ങനെ പ്രകടിപ്പിക്കണം

ഇത് നിങ്ങളുടെ സംസാരത്തെ കൂടുതൽ ആകർഷകമാക്കുന്നു.

3. സന്ദർഭങ്ങളിലുള്ള പദസമ്പത്ത് വർധിപ്പിക്കുന്നു

"Break" എന്ന വാക്ക് നിങ്ങൾക്കറിയാമെന്ന് കരുതുക.

കേൾവിയിലൂടെ നിങ്ങൾ പഠിക്കുന്നത്:

- Take a break
- Break the news
- Break down

പോലുള്ള പ്രയോഗങ്ങളാണ്.

ഇവയെ Collocations എന്നു വിളിക്കുന്നു.

ഇവ പുസ്തകങ്ങളിൽ നിന്ന് പൂർണ്ണമായി പഠിക്കാൻ സാധിക്കില്ല.

4. ആത്മവിശ്വാസം വർധിപ്പിക്കുന്നു

കൂടുതൽ കേൾക്കുമ്പോൾ കൂടുതൽ മനസ്സിലാകും.

കൂടുതൽ മനസ്സിലാകുമ്പോൾ വേഗത്തിൽ പ്രതികരിക്കാൻ കഴിയും.

വേഗത്തിൽ പ്രതികരിക്കാൻ കഴിയുമ്പോൾ ആത്മവിശ്വാസം വളരും.

കേൾവി പരിശീലനത്തിനുള്ള മികച്ച സ്രോതസ്സുകൾ

ഇന്ന് ഇംഗ്ലീഷ് കേൾക്കാനുള്ള അവസരങ്ങൾ എല്ലായിടത്തുമുണ്ട്.

1. സിനിമകളും ടെലിവിഷൻ പരിപാടികളും

സിനിമകൾ കേൾവിപരിശീലനത്തിനുള്ള മികച്ച ഉപകരണങ്ങളാണ്.

അവ നൽകുന്നത്:

- യഥാർത്ഥ സംഭാഷണങ്ങൾ
- സംസ്കാരപരമായ പ്രയോഗങ്ങൾ
- ശരീരഭാഷ

നിർദ്ദേശങ്ങൾ

- ആദ്യം ഇംഗ്ലീഷ് സബ്ടൈറ്റിലുകൾ ഉപയോഗിക്കുക.
- ചെറിയ രംഗങ്ങൾ പലതവണ കാണുക.
- കേൾക്കുന്നതുപോലെ ആവർത്തിച്ച് പറയുക.

2. പോഡ്കാസ്റ്റുകളും ഓഡിയോ പുസ്തകങ്ങളും

പോഡ്കാസ്റ്റുകൾ നിങ്ങളുടെ ചെവിയിലെ സ്വകാര്യ അധ്യാപകരാണ്.

യാത്ര ചെയ്യുമ്പോഴും വ്യായാമം ചെയ്യുമ്പോഴും പാചകം ചെയ്യുമ്പോഴും കേൾക്കാം.

നിങ്ങൾക്ക് ഇഷ്ടമുള്ള വിഷയങ്ങൾ തിരഞ്ഞെടുക്കുക:

- കായികം
- ബിസിനസ്
- പ്രചോദനം
- കഥകൾ

ഓഡിയോ പുസ്തകങ്ങൾ വായിച്ചുകൊണ്ട് കേൾക്കുന്നത് ചെവിയെയും കണ്ണിനെയും ഒരേസമയം പരിശീലിപ്പിക്കുന്നു.

3. ഗാനങ്ങളും സംഗീതവും

ഇംഗ്ലീഷ് ഗാനങ്ങൾ മികച്ച പഠനോപകരണങ്ങളാണ്.

താളവും ആവർത്തനവും കാരണം വാക്കുകൾ ഓർമ്മയിൽ പതിയും.

ചെയ്യേണ്ടത്

- ലളിതമായ ഗാനങ്ങളിൽ നിന്ന് തുടങ്ങുക.
- വരികൾ പിന്തുടരുക.
- ഒപ്പം പാടുക.

നിങ്ങൾ സംഗീതജ്ഞനാകേണ്ടതില്ല.

നിങ്ങളുടെ നാവാണ് ഇവിടെ പരിശീലനം നേടുന്നത്.

4. ചുറ്റുമുള്ള സംഭാഷണങ്ങൾ

കോളേജിലോ ജോലിസ്ഥലത്തോ ഇംഗ്ലീഷ് സംസാരിക്കുന്ന വരുണ്ടെങ്കിൽ ശ്രദ്ധിക്കുക.

അവർ:

- എങ്ങനെ അഭിവാദ്യം ചെയ്യുന്നു
- എങ്ങനെ ഇടപെടുന്നു
- എങ്ങനെ വികാരങ്ങൾ പ്രകടിപ്പിക്കുന്നു

എന്നിവ നിരീക്ഷിക്കുക.

സജീവമായ കേൾവിയുടെ കല

എല്ലാ കേൾവിയും ഒരുപോലെയല്ല.

ഫ്ലുവൻസി വളർത്താൻ **Active Listening** ആവശ്യമാണ്.

അതായത്:

- ശ്രദ്ധ കേന്ദ്രീകരിക്കുക
- വിശകലനം ചെയ്യുക
- പ്രതികരിക്കുക

സജീവ കേൾവിയുടെ ഘട്ടങ്ങൾ

1. ചെറിയ ഓഡിയോ ക്ലിപ്പുകൾ തിരഞ്ഞെടുക്കുക

2 മുതൽ 3 മിനിറ്റ് വരെ മതിയാകും.

2. സബ്ടൈറ്റിലില്ലാതെ കേൾക്കുക

കഴിയുന്നത്ര മനസ്സിലാക്കുക.

3. വീണ്ടും കേൾക്കുക

ഇപ്പോൾ സബ്ടൈറ്റിലുകൾ ഉപയോഗിക്കുക.

4. പ്രധാന വാക്യങ്ങൾ ആവർത്തിക്കുക

ഉറക്കെ പറയുക.

5. സ്വന്തം വാക്കുകളിൽ സംഗ്രഹിക്കുക

ഇത് കേൾവിയെയും സംസാരത്തെയും ബന്ധിപ്പിക്കുന്നു.

പ്രായോഗിക കേൾവി അഭ്യാസങ്ങൾ

അഭ്യാസം 1 - ഷാഡോയിംഗ് ടെക്നിക്ക്

- ഒരു ചെറിയ ഓഡിയോ പ്ലേ ചെയ്യുക.
- കേൾക്കുന്നതോടൊപ്പം തന്നെ ആവർത്തിക്കുക.
- പൂർണതയെക്കാൾ വേഗതയിൽ ശ്രദ്ധിക്കുക.

അഭ്യാസം 2 - ഡിക്റ്റേഷൻ

- ഒരു മിനിറ്റ് ദൈർഘ്യമുള്ള ഓഡിയോ കേൾക്കുക.
- കേട്ടത് എഴുതുക.
- വീണ്ടും കേട്ട് പരിശോധിക്കുക.

അഭ്യാസം 3 - സംഗ്രഹിച്ച് പറയുക

ഒരു വാർത്തയോ പോഡ്കാസ്റ്റോ കേട്ട ശേഷം:

അതിന്റ പ്രധാന ആശയങ്ങൾ ഇംഗ്ലീഷിൽ വിശദീകരിക്കുക.

അഭ്യാസം 4 - ഗാനങ്ങളുടെ പരിശീലനം

- ഒരു ഗാനം തിരഞ്ഞെടുക്കുക.
- ഓരോ വരിയും കേട്ട് ആവർത്തിക്കുക.
- പിന്നീട് മുഴുവൻ ഭാഗവും പാടുക.

അഭ്യാസം 5 - സംഭാഷണ വേട്ടക്കാരൻ

നിങ്ങൾ കേൾക്കുന്ന സംഭാഷണങ്ങളിൽ നിന്നുള്ള രസകരമായ വാക്യങ്ങൾ കുറിച്ചുവയ്ക്കുക.

പിന്നീട് അവ ഉപയോഗിച്ച് സംസാരിക്കുക.

എന്റെ സ്വന്തം അനുഭവം

വ്യോമസേനയിൽ സേവനമനുഷ്ഠിക്കുമ്പോൾ ഇംഗ്ലീഷ് സംസാരിക്കാൻ പരിശീലനം നടത്തുന്നതിനിടെ എനിക്ക് ഉച്ചാരണത്തിലും ഫ്ലുവൻസിയിലും ബുദ്ധിമുട്ടുകൾ ഉണ്ടായിരുന്നു.

എന്നെ സഹായിച്ച പ്രധാന കാര്യം മറ്റുള്ളവർ സംസാരിക്കുന്നത് ശ്രദ്ധാപൂർവ്വം കേൾക്കുകയായിരുന്നു.

സംഭാഷണത്തിൽ പങ്കെടുക്കാൻ കഴിയാത്തപ്പോഴും അവരുടെ:

- വാക്കുകൾ
- ശബ്ദം
- താളം

എന്നിവ ഞാൻ മനസ്സിൽ സൂക്ഷിച്ചു.

പിന്നീട് പരേഡ് ഗ്രൗണ്ടിൽ നടത്തിയ എന്റെ സാങ്കൽപ്പിക സംഭാഷണങ്ങളിൽ അവ അനുകരിക്കാൻ ശ്രമിച്ചു.

എനിക്ക് സംസാരിക്കാനുള്ള അസംസ്കൃത വസ്തുക്കൾ നൽകിയത് കേൾവിയായിരുന്നു.

സംസാരം അവയെ മിനുക്കിയെടുത്തു.

ഒഴിവാക്കേണ്ട തെറ്റുകൾ

കേൾക്കാതെ വായിക്കുക

ശബ്ദമില്ലാത്ത ഭാഷ അപൂർണ്ണമാണ്.

ശ്രദ്ധയില്ലാതെ കേൾക്കുക

പശ്ചാത്തലത്തിൽ ഇംഗ്ലീഷ് പ്ലേ ചെയ്യുന്നത് മാത്രം മതിയാകില്ല.

ഉച്ചാരണശൈലികളെ ഭയക്കുക

ബ്രിട്ടീഷ് ആണോ അമേരിക്കൻ ആണോ എന്ന് തുടക്കത്തിൽ ആശങ്കപ്പെടേണ്ട.

ഒരുതവണ മാത്രം കേൾക്കുക

ആവർത്തനം അനിവാര്യമാണ്

ദിവസേനയുടെ കേൾവി ശീലം

രാവിലെ

ഒരു ചെറിയ പോഡ്കാസ്റ്റ് കേൾക്കുക.

ഉച്ചയ്ക്ക്

5 മിനിറ്റ് വാർത്ത കാണുക.

വൈകുന്നേരം

15 മിനിറ്റ് ടെലിവിഷൻ പരിപാടി കാണുക.

രാത്രി

10 മിനിറ്റ് ഓഡിയോ പുസ്തകം കേൾക്കുക.

ഉപസംഹാരം

ഇംഗ്ലീഷ് അനായാസമായി സംസാരിക്കുന്നത് നാവിനെ നിർബന്ധിക്കുന്നതിലൂടെ അല്ല.

ചെവികളെ പരിശീലിപ്പിക്കുന്നതിലൂടെയാണ്.

നിങ്ങൾ കൂടുതൽ കേൾക്കുമ്പോൾ നിങ്ങളുടെ മസ്തിഷ്കം കൂടുതൽ ഭാഷാ മാതൃകകൾ ശേഖരിക്കുന്നു.

ആ മാതൃകകളാണ് പിന്നീട് സംസാരത്തിന്റെ അടിത്തറയാകുന്നത്.

സിനിമകളും ഗാനങ്ങളും പോഡ്കാസ്റ്റുകളും സംഭാഷണങ്ങളും വെറും വിനോദമല്ല.

അവ നിങ്ങളുടെ മികച്ച അധ്യാപകരാണ്.

ഓർക്കുക:

നിങ്ങളുടെ മാതൃഭാഷ നിങ്ങൾ ആദ്യം കേട്ടാണ് പഠിച്ചത്.

ഇംഗ്ലീഷിനും അതേ നിയമം ബാധകമാണ്.

സജീവമായി കേൾക്കുക.

ദിവസേന പരിശീലിക്കുക.

വേഗം തന്നെ നിങ്ങൾ മടിയോടെയല്ല, ആത്മവിശ്വാസത്തോടെയും വ്യക്തതയോടെയും ഇംഗ്ലീഷ് സംസാരിക്കുന്നതായി കണ്ടെത്തും.

ഫ്ലുവൻസി ആരംഭിക്കുന്നത് ചെവികളിലാണ്. അവ തുറന്നുവെക്കൂ; നിങ്ങളുടെ നാവ് സ്വാഭാവികമായി അതിനെ പിന്തുടരും.

അധ്യായം 6

ഉച്ചാരണം എളുപ്പമാക്കാം

ആമുഖം

കേൾവിയാണ് ഫ്ലുവൻസിയുടെ അടിത്തറയെങ്കിൽ, **ഉച്ചാരണം (Pronunciation)** നിങ്ങളുടെ സംസാരത്തെ വ്യക്തവും ആത്മ വിശ്വാസപൂർണ്ണവുമാക്കുന്ന പാലമാണ്.

പല ഇംഗ്ലീഷ് പഠിതാക്കൾക്കും നല്ല പദസമ്പത്തുണ്ട്. വ്യാകര ണവും അറിയാം. മറ്റുള്ളവർ പറയുന്നത് മനസ്സിലാക്കാനും കഴിയും. എന്നിട്ടും അവർ സംസാരിക്കാൻ മടിക്കുന്നു.

എന്തുകൊണ്ട്?

കാരണം:

- വാക്കുകൾ തെറ്റായി ഉച്ചരിക്കുമോ എന്ന ഭയം
- ആളുകൾ പരിഹസിക്കുമോ എന്ന ആശങ്ക
- താൻ പറയുന്നത് മറ്റുള്ളവർക്ക് മനസ്സിലാകില്ലെന്ന സംശയം

എന്നിവ അവരെ പിന്നോട്ട് വലിക്കുന്നു.

എന്നാൽ ഒരു പ്രധാന സത്യം മനസ്സിലാക്കണം.

ഉച്ചാരണം എന്നത് മറ്റൊരാളുടെ ആക്സെന്റ് അനുക രിക്കുന്നതല്ല.

നിങ്ങൾ പറയുന്നത് മറ്റുള്ളവർക്ക് വ്യക്തമായി മനസ്സി ലാകുന്ന രീതിയിൽ സംസാരിക്കുന്നതാണ് യഥാർത്ഥ ഉച്ചാ രണം.

പൂർണത ആവശ്യമില്ല.

ആവശ്യമുള്ളത്:

- വ്യക്തത
- ആത്മവിശ്വാസം
- സ്ഥിരത

ഈ അധ്യായത്തിൽ നാം പഠിക്കുന്നത്:

- ഉച്ചാരണത്തിന്റെ അടിസ്ഥാന തത്വങ്ങൾ
- സാധാരണ സംഭവിക്കുന്ന തെറ്റുകൾ
- ആക്സെന്റും വ്യക്തതയും തമ്മിലുള്ള വ്യത്യാസം
- സംസാരശേഷി മെച്ചപ്പെടുത്താനുള്ള പ്രായോഗിക പരിശീലനങ്ങൾ

ഉച്ചാരണം എന്തുകൊണ്ട് പ്രധാനമാണ്?

ഭാഷ എന്നത് ബന്ധപ്പെടലാണ്.

നിങ്ങൾ പറയുന്നത് മനസ്സിലാക്കാൻ കേൾക്കുന്നയാൾ ബുദ്ധി മുട്ടേണ്ടിവരുന്നുവെങ്കിൽ ആശയവിനിമയം പരാജയപ്പെടുന്നു.

വ്യാകരണവും പദസമ്പത്തും ശരിയായിരുന്നാലും അതു കൊണ്ട് മാത്രം പ്രയോജനമില്ല.

മറുവശത്ത്, ചെറിയ തെറ്റുകൾ ഉണ്ടായാലും നിങ്ങളുടെ ഉച്ചാരണം വ്യക്തമാണെങ്കിൽ ആളുകൾ നിങ്ങളെ കേൾക്കാൻ താൽപര്യപ്പെടും.

നല്ല ഉച്ചാരണത്തിന്റെ ഗുണങ്ങൾ

ആത്മവിശ്വാസം വർധിപ്പിക്കുന്നു

മറ്റുള്ളവർക്ക് നിങ്ങളെ മനസ്സിലാകുമെന്ന് അറിയുമ്പോൾ ഭയം കുറയും.

പ്രൊഫഷണൽ ബഹുമാനം നേടാം

ജോലിസ്ഥലത്തും സാമൂഹിക സാഹചര്യങ്ങളിലും കൂടുതൽ വിശ്വാസ്യത ലഭിക്കും.

വിശ്വസനീയത വർധിക്കുന്നു

നിങ്ങൾ കൂടുതൽ ഫ്ലുവൻറ് ആയി തോന്നും.

ഇംഗ്ലീഷ് ശബ്ദങ്ങളുടെ അടിസ്ഥാന ഘടന

ഇംഗ്ലീഷ് ഉച്ചാരണം പലപ്പോഴും അക്ഷരവിന്യാസവുമായി പൊരുത്തപ്പെടുന്നില്ല.

അതുകൊണ്ട് അക്ഷരങ്ങളേക്കാൾ ശബ്ദങ്ങളെ ശ്രദ്ധിക്കണം.

1. സ്വരശബ്ദങ്ങൾ (Vowel Sounds)

ഇംഗ്ലീഷിൽ അഞ്ച് സ്വരാക്ഷരങ്ങളാണുള്ളത്:

A, E, I, O, U

എന്നാൽ ഇരുപതിലധികം സ്വരശബ്ദങ്ങൾ ഉണ്ട്.

ഉദാഹരണം:

- Bit
- Beat

രണ്ടും "i" ഉള്ളവയാണ്.

എന്നാൽ ശബ്ദം വ്യത്യസ്തമാണ്.

2. വ്യഞ്ജനശബ്ദങ്ങൾ (Consonants)

ചില ഇംഗ്ലീഷ് ശബ്ദങ്ങൾ നമ്മുടെ ഭാഷകളിൽ ഇല്ല.

ഉദാഹരണം:

TH

- Think
- This

പലരും "ത" അല്ലെങ്കിൽ "ദ" ഉപയോഗിച്ച് ഉച്ചരിക്കുന്നു.

V & W

- Vine
- Wine

ഇവ രണ്ടും വ്യത്യസ്ത ശബ്ദങ്ങളാണ്.

3. Stress (ഊന്നൽ)

ഇംഗ്ലീഷിൽ ചില അക്ഷരഖണ്ഡങ്ങൾക്ക് കൂടുതൽ പ്രാധാന്യം നൽകുന്നു.

ഉദാഹരണം:

PHOtograph

phoTOgraphy

photoGRAphic

ഊന്നൽ തെറ്റിയാൽ വാക്ക് അസ്വാഭാവികമായി കേൾക്കും.

4. Rhythm & Intonation

Rhythm

സംസാരത്തിന്റെ സ്വാഭാവിക താളം.

Intonation

ശബ്ദത്തിന്റെ ഉയർച്ചതാഴ്ചകൾ.

ഉദാഹരണം:

↗ Really?

(ചോദ്യം)

☐ Yes.

(മറുപടി)

ഇവയാണ് വികാരങ്ങൾ പ്രകടിപ്പിക്കുന്നത്.

സാധാരണ ഉച്ചാരണ തെറ്റുകൾ

1. നിശ്ശബ്ദ അക്ഷരങ്ങൾ അവഗണിക്കുന്നത്

Know

ഉച്ചാരണം: No

Psychology

ഉച്ചാരണം: Sai-kol-o-jee

2. എല്ലാ അക്ഷരങ്ങളും ഉച്ചരിക്കൽ

Wednesday

ശരിയായ ഉച്ചാരണം:

Wenz-day

Comfortable

ശരിയായ ഉച്ചാരണം:

Kumf-tuh-bul

3. ചെറിയതും വലിയതുമായ സ്വരശബ്ദങ്ങൾ കലർത്തൽ

Ship - Sheep

Bit - Beat

4. സമാനശബ്ദങ്ങൾ കുഴയ്ക്കൽ

Very - Wary

Thirty - Thirteen

5. ശബ്ദ ഉയർച്ചതാഴ്ചകളില്ലാതെ സംസാരിക്കൽ

Flat:

"I am happy today."

Natural:

"I am happy today!"

ആക്സെന്റോ വ്യക്തതയോ?

പലരും ചോദിക്കുന്നു:

"ബ്രിട്ടീഷ് ആക്സെന്റ് പഠിക്കണോ?"

"അമേരിക്കൻ ആക്സെന്റ് പഠിക്കണോ?"

സത്യം:

ആക്സെന്റ് പ്രധാനമല്ല. വ്യക്തതയാണ് പ്രധാനമായത്.

ഇംഗ്ലീഷ് 70-ലധികം രാജ്യങ്ങളിൽ സംസാരിക്കപ്പെടുന്നു.

ഓരോ രാജ്യത്തിനും സ്വന്തം ആക്സെന്റ് ഉണ്ട്.

- ഇന്ത്യൻ
- ഓസ്ട്രേലിയൻ
- കനേഡിയൻ
- ആഫ്രിക്കൻ

ഒന്നും തെറ്റല്ല.

നിങ്ങളുടെ ലക്ഷ്യം മറ്റൊരാളെ അനുകരിക്കുക അല്ല.

വ്യക്തമായി ആശയവിനിമയം നടത്തുക എന്നതാണ്.

പ്രചോദനാത്മക ഉദാഹരണങ്ങൾ

A. P. J. Abdul Kalam

അല്ലെങ്കിൽ

Ratan Tata

ഇവർ വിദേശ ആക്സെന്റിൽ സംസാരിച്ചിരുന്നില്ല.

പക്ഷേ വ്യക്തതയും ആത്മവിശ്വാസവും കാരണം ലോകം മുഴുവൻ ബഹുമാനിച്ചു.

പ്രായോഗിക ഉച്ചാരണ പരിശീലനങ്ങൾ

അഭ്യാസം 1 - കണ്ണാടിയുടെ മുന്നിൽ പരിശീലിക്കുക

കണ്ണാടിയുടെ മുന്നിൽ നിന്ന് വായിക്കുക.

അധരങ്ങളുടെയും നാവിന്റെയും ചലനം നിരീക്ഷിക്കുക.

പ്രത്യേക ശ്രദ്ധ:

- TH
- V
- W
- R
- L

അഭ്യാസം 2 - റെക്കോർഡ് ചെയ്ത് കേൾക്കുക

ഒരു ഖണ്ഡിക വായിച്ച് റെക്കോർഡ് ചെയ്യുക.

ശേഷം കേട്ട് വിലയിരുത്തുക.

അഭ്യാസം 3 - ഷാഡോയിംഗ്

ഒരു TED Talk അല്ലെങ്കിൽ സിനിമാ സംഭാഷണം കേൾക്കുക.

ഉടൻ അതുപോലെ ആവർത്തിക്കുക.

അഭ്യാസം 4 - Stress പരിശീലനം

PHOtograph

phoTOgraphy

photoGRAphic

ഉറക്കെ പറയുക.

ഊന്നൽ ശരിയായി നൽകുക.

അഭ്യാസം 5 - നാവ് വഴക്കുന്ന വാക്യങ്ങൾ

Tongue Twisters

She sells seashells by the seashore.

Very well, very well, very well.

Thirty thirsty thieves threw thick things.

ഇവ ദിവസവും ആവർത്തിക്കുക.

അഭ്യാസം 6 - Minimal Pairs

Ship - Sheep

Bit - Beat

Fan - Van

Rice - Lice

അഭ്യാസം 7 - ഗാനങ്ങളോടൊപ്പം പാടുക

ലളിതമായ ഇംഗ്ലീഷ് ഗാനങ്ങൾ തിരഞ്ഞെടുക്കുക.

ഗായകനെ പിന്തുടർന്ന് പാടുക.

ഇത്:

- ഉച്ചാരണം മെച്ചപ്പെടുത്തും
- താളം പഠിപ്പിക്കും
- ആത്മവിശ്വാസം വർധിപ്പിക്കും

എന്റെ സ്വന്തം അനുഭവം

വ്യോമസേനയിൽ സേവനമനുഷ്ഠിച്ചിരുന്ന കാലത്ത് ഉച്ചാരണം എനിക്ക് ഒരു വലിയ വെല്ലുവിളിയായിരുന്നു.

വാക്കുകളുടെ അക്ഷരവിന്യാസം മാത്രം നോക്കിയാണ് ഞാൻ സംസാരിച്ചിരുന്നത്.

അതിനാൽ പല വാക്കുകളും തെറ്റായി ഉച്ചരിച്ചിരുന്നു.

പിന്നീട് ഞാൻ:

- സിനിമാ സംഭാഷണങ്ങൾ കേട്ടു
- അവ ആവർത്തിച്ചു
- ബുദ്ധിമുട്ടുള്ള വാക്കുകൾ പലതവണ പറഞ്ഞു
- സുഹൃത്തുക്കളോടൊപ്പം Tongue Twisters പരിശീലിച്ചു

ക്രമേണ ആളുകൾക്ക് എന്റെ ഇംഗ്ലീഷ് കൂടുതൽ വ്യക്തമായി മനസ്സിലാകാൻ തുടങ്ങി.

അത് എന്റെ ആത്മവിശ്വാസം വർധിപ്പിച്ചു.

ദിവസേനയുടെ ഉച്ചാരണ പരിശീലന പദ്ധതി

15-20 മിനിറ്റ് മതി.

ഘട്ടം 1

3-5 മിനിറ്റ് ദൈർഘ്യമുള്ള ഒരു ഇംഗ്ലീഷ് ക്ലിപ്പ് കേൾക്കുക.

ഘട്ടം 2

ഒരിക്കൽ ഷാഡോയിംഗ് ചെയ്യുക.

ഘട്ടം 3

അഞ്ച് ബുദ്ധിമുട്ടുള്ള വാക്കുകൾ പരിശീലിക്കുക.

ഘട്ടം 4

ഒരു Tongue Twister പറയുക.

ഘട്ടം 5

ഒരു മിനിറ്റ് സ്വയം സംസാരിച്ച് റെക്കോർഡ് ചെയ്യുക.

മൂന്ന് മാസം തുടർച്ചയായി ചെയ്താൽ അത്ഭുതകരമായ മാറ്റം കാണാം.

ഉച്ചാരണഭയം എങ്ങനെ മറികടക്കാം?

ഓർക്കുക:

- തെറ്റുകൾ സ്വാഭാവികമാണ്.
- സ്വദേശികൾ പോലും തെറ്റുകൾ ചെയ്യാറുണ്ട്.
- ആത്മവിശ്വാസം പൂർണതയെക്കാൾ പ്രധാനമാണ്.
- അഭിപ്രായങ്ങളും തിരുത്തലുകളും പുരോഗതി വേഗത്തിലാക്കും.

- പരിശീലനം സിദ്ധാന്തത്തേക്കാൾ ശക്തമാണ്.

ഉപസംഹാരം

ഉച്ചാരണം എന്നത് വിദേശ ആക്സെന്റ് അനുകരിക്കുന്നതല്ല.

സ്വയം വ്യക്തമായി പ്രകടിപ്പിക്കുന്നതാണ്.

വ്യക്തവും ആത്മവിശ്വാസമുള്ളതുമായ ശബ്ദത്തിന് എപ്പോഴും കൃത്രിമ ആക്സെന്റിനേക്കാൾ കൂടുതൽ ശക്തിയുണ്ട്.

ശബ്ദരീതികൾ മനസ്സിലാക്കിയും സാധാരണ തെറ്റുകൾ ഒഴിവാക്കിയും ദിവസേന പരിശീലിച്ചും നിങ്ങളുടെ ഇംഗ്ലീഷ് സംസാരശേഷി പൂർണമായും മാറ്റിമറിക്കാൻ കഴിയും.

ഈ സ്വർണനിയമം ഓർക്കുക:

പൂർണതയ്ക്കുവേണ്ടി സംസാരിക്കരുത്. മനസ്സിലാക്കപ്പെടാൻ സംസാരിക്കുക.

ഫ്ലുവൻസി മറ്റൊരാളെപ്പോലെ ശബ്ദിക്കുന്നതല്ല.

ഇംഗ്ലീഷിൽ നിങ്ങളുടെ സ്വന്തം ആത്മവിശ്വാസമുള്ള ശബ്ദം കണ്ടെത്തുന്നതാണ്.

അതിനാൽ ഇന്നുതന്നെ വായ് തുറക്കൂ.

പരിശീലിക്കൂ.

ലോകം നിങ്ങളുടെ ഇംഗ്ലീഷ് കേൾക്കട്ടെ–

വ്യക്തമായി, സ്വാഭാവികമായി, ആത്മവിശ്വാസത്തോടെ.

അധ്യായം 7

സ്വാഭാവികമായി വാക്യങ്ങൾ നിർമ്മിക്കാം

ആമുഖം

നിങ്ങൾക്ക് നൂറുകണക്കിന് ഇംഗ്ലീഷ് വാക്കുകൾ അറിയാമായിരിക്കാം. ഉച്ചാരണവും പരിശീലിച്ചിട്ടുണ്ടാകാം. എന്നിട്ടും സംസാരിക്കേണ്ട സമയം വരുമ്പോൾ പല പഠിതാക്കളും തടസ്സപ്പെടുന്നു.

കാരണം?

വാക്കുകളെ ചേർത്ത് സ്വാഭാവികമായ വാക്യങ്ങൾ രൂപപ്പെടുത്താൻ അവർക്ക് അറിയില്ല.

ഇത് ഇഷ്ടികകൾ (Vocabulary) കൈവശമുണ്ടെങ്കിലും അവ ഉപയോഗിച്ച് ഒരു വീട് (Sentences) എങ്ങനെ നിർമ്മിക്കണമെന്ന് അറിയാത്തതുപോലെയാണ്.

ഫ്ലുവൻസി എന്നത് ബുദ്ധിമുട്ടുള്ള വാക്കുകൾ മനഃപാഠമാക്കുന്നതല്ല. ലളിതമായ വാക്കുകൾ ചേർത്ത് വ്യക്തവും അർത്ഥവത്തുമായ വാക്യങ്ങൾ നിർമ്മിക്കാൻ കഴിയുന്നതാണ്.

സന്തോഷകരമായ കാര്യം എന്തെന്നാൽ, വാക്യനിർമ്മാണം അത്ര ബുദ്ധിമുട്ടുള്ള കാര്യമല്ല.

അടിസ്ഥാന ഘടനകൾ പഠിക്കുകയും സ്ഥിരമായി പരിശീലിക്കുകയും ചെയ്താൽ നിങ്ങളുടെ വാക്കുകൾ സ്വാഭാവികമായി ഒഴുകാൻ തുടങ്ങും.

ഈ അധ്യായത്തിൽ നാം പഠിക്കുന്നത്:

- ഒറ്റ വാക്കുകളിൽ നിന്ന് പൂർണ്ണ വാക്യങ്ങളിലേക്ക് എങ്ങനെ വളരാം.
- സാധാരണ വാക്യഘടനകൾ.
- ദൈനംദിന ജീവിതത്തിൽ ഉപയോഗിക്കാവുന്ന സംഭാഷണങ്ങൾ.
- വാക്യനിർമ്മാണ പരിശീലനങ്ങൾ.

ഒറ്റ വാക്കുകളിൽ നിന്ന് പൂർണ്ണ വാക്യങ്ങളിലേക്ക്

സൈക്കിൾ ഓടിക്കാൻ പഠിക്കുന്നത് പോലെ ഇംഗ്ലീഷ് പഠിക്കുന്നതും ഘട്ടം ഘട്ടമായുള്ള ഒരു പ്രക്രിയയാണ്.

ആദ്യത്തിൽ മന്ദഗതിയിലായിരിക്കും.

തെറ്റുകൾ സംഭവിക്കും.

പക്ഷേ അടിസ്ഥാന ചലനങ്ങൾ പഠിച്ചുകഴിഞ്ഞാൽ എല്ലാം സ്വാഭാവികമാകും.

വാക്യനിർമ്മാണവും അങ്ങനെ തന്നെയാണ്.

ഘട്ടം 1 – ഒറ്റ വാക്കുകൾ

ആരംഭത്തിൽ നിങ്ങൾക്ക് അറിയാവുന്നത് ചില അടിസ്ഥാന വാക്കുകളായിരിക്കാം.

ഉദാഹരണം:

- Hello
- Yes
- No
- Thanks
- Good
- Bad

ഇവ മാത്രം ഉപയോഗിച്ചും ആശയവിനിമയം സാധ്യമാണ്.

ഘട്ടം 2 – ചെറിയ വാക്കുസമൂഹങ്ങൾ

രണ്ടോ മൂന്നോ വാക്കുകൾ ചേർക്കുക.

ഉദാഹരണം:

- Good morning
- Thank you
- Very nice
- See you later

ഘട്ടം 3 – ചെറിയ വാക്യങ്ങൾ

ഇംഗ്ലീഷിലെ ഏറ്റവും അടിസ്ഥാന ഘടന:

Subject + Verb + Object

ഉദാഹരണം:

- I eat rice.
- She plays cricket.
- They watch TV.

ഘട്ടം 4 – വാക്യങ്ങൾ വികസിപ്പിക്കുക

കൂടുതൽ വിവരങ്ങൾ ചേർക്കുക.

ഉദാഹരണം:

- I eat rice.
- I eat rice every day.
- I eat rice every day at home.

മറ്റൊരു ഉദാഹരണം:

- She plays cricket.
- She plays cricket at school.
- She plays cricket at school every evening.

ഇങ്ങനെ ഒരു ചെറിയ ആശയം പൂർണ്ണമായ ആശയവിനിമയമായി മാറുന്നു.

സാധാരണ വാക്യഘടനകൾ

ഇംഗ്ലീഷ് ഭാഷയിലെ മിക്ക വാക്യങ്ങളും ചില നിശ്ചിത മാതൃകകൾ പിന്തുടരുന്നു.

ഇവ പഠിച്ചാൽ ആയിരക്കണക്കിന് വാക്യങ്ങൾ നിർമ്മിക്കാൻ കഴിയും.

1. Subject + Verb (SV)

ഉദാഹരണം:

- Birds fly.
- He runs.
- It rains.

2. Subject + Verb + Object (SVO)

ഏറ്റവും സാധാരണമായ ഘടന.

ഉദാഹരണം:

- I read books.
- She likes music.
- We watch movies.

3. Subject + Verb + Complement (SVC)

Complement എന്നത് Subject-നെക്കുറിച്ച് കൂടുതൽ വിവരങ്ങൾ നൽകുന്നു.

ഉദാഹരണം:

- She is happy.
- They are doctors.

- It looks interesting.

4. Subject + Verb + Object + Object (SVOO)

ആർക്കെങ്കിലും എന്തെങ്കിലും നൽകുമ്പോൾ.

ഉദാഹരണം:

- He gave me a pen.
- She told us a story.

5. Subject + Verb + Object + Complement (SVOC)

ഉദാഹരണം:

- We elected him leader.
- They painted the house red.

6. ചോദ്യവാക്യങ്ങൾ

ഉദാഹരണം:

- Do you like tea?
- Where are you going?
- Can I help you?

7. നിഷേധവാക്യങ്ങൾ

ഉദാഹരണം:

- I do not know.
- She doesn't like coffee.
- They didn't come yesterday.

സ്വാഭാവികമായി വാക്യങ്ങൾ നിർമ്മിക്കാനുള്ള മാർഗങ്ങൾ

1. ആദ്യം ലളിതമായി ചിന്തിക്കുക

വളരെ വലിയ വാക്യങ്ങൾ നിർമ്മിക്കാൻ ശ്രമിക്കരുത്.

ഉദാഹരണം:

സങ്കീർണ്ണം:

"Despite heavy rainfall, the match continued under the floodlights."

ലളിതം:

"It was raining, but the match continued."

രണ്ടാമത്തേതാണ് സംസാരത്തിൽ കൂടുതൽ സ്വാഭാവികം.

2. നിങ്ങൾക്കറിയാവുന്ന വാക്കുകൾ ഉപയോഗിക്കുക

ഉദാഹരണം:

- I want water.
- He is my friend.
- This is my book.

3. വികസിപ്പിച്ച് പരിശീലിക്കുക

ഒരു ചെറിയ വാക്യം എടുക്കുക.

ഉദാഹരണം:

- She reads.
- She reads books.
- She reads books in the library.
- She reads books in the library every evening.

4. Wh ചോദ്യങ്ങൾ ഉപയോഗിക്കുക

Who?

Who is your teacher?

What?

What are you doing?

When?

When will you come?

Where?

Where is my pen?

Why?

Why are you late?

5. വാക്കുകളേക്കാൾ വാക്യപ്രയോഗങ്ങൾ പഠിക്കുക

Thanks

എന്നതിന് പകരം:

- Thanks a lot.
- Thank you very much.
- Thanks for helping me.

ദൈനംദിന സംഭാഷണങ്ങൾ

സംഭാഷണം 1 - ആദ്യ പരിചയം

A: Hello! How are you?

B: I'm fine, thank you. How are you?

A: I'm good. What's your name?

B: My name is Ramesh. And you?

A: I'm Anita. Nice to meet you.

B: Nice to meet you too.

സംഭാഷണം 2 - കടയിൽ

Customer:

Excuse me, do you have this shirt in medium size?

Shopkeeper:

Yes, we do. Would you like to try it?

Customer:

Yes, please. Where is the trial room?

Shopkeeper:

It's over there.

Customer:

Thank you.

സംഭാഷണം 3 - വഴി ചോദിക്കൽ

A:

Excuse me, can you tell me the way to the railway station?

B:

Yes, go straight and then turn left.

The station is near the bus stop.

A:

Thank you very much.

B:

You're welcome.

സംഭാഷണം 4 - ഓഫീസിൽ

Boss:

Did you finish the report?

Employee:

Yes sir. I completed it this morning.

Boss:

Good. Please send me a copy.

Employee:

Sure. I'll email it right away.

സംഭാഷണം 5 – ടെലിഫോൺ സംഭാഷണം

Caller:

Hello, may I speak to Mr. Sharma?

Receiver:

Yes, this is Sharma speaking.

Caller:

Good morning sir. I'm calling about tomorrow's meeting.

Receiver:

Yes. The meeting is at 10 a.m.

Caller:

Thank you.

See you then.

വാക്യപരിശീലനങ്ങൾ

അഭ്യാസം 1 - Sentence Expansion

വാക്യം:

I eat.

വികസിപ്പിക്കുക:

- I eat rice.
- I eat rice every day.
- I eat rice every day at 8 o'clock.

അഭ്യാസം 2 - Question Maker

വാക്യം:

You are my friend.

ചോദ്യങ്ങൾ:

- Are you my friend?
- Who is my friend?
- Why are you my friend?

അഭ്യാസം 3 - Role Play

ഒരു സുഹൃത്തിനോടൊപ്പം സംഭാഷണം പരിശീലിക്കുക.

ആരും ഇല്ലെങ്കിൽ സാങ്കൽപ്പിക സംഭാഷണം നടത്തുക.

ഞാൻ പരേഡ് ഗ്രൗണ്ടിൽ ചെയ്തതുപോലെ.

അഭ്യാസം 4 - Sentence Substitution

I like coffee.

മാറ്റുക:

- I like tea.
- She likes juice.
- They like milk.

അഭ്യാസം 5 - Daily Journal

ദിവസവും അഞ്ച് വാക്യങ്ങൾ എഴുതുക.

ഉദാഹരണം:

- I woke up at 6 a.m.
- I went to the market.
- I cooked food.
- I watched a movie.
- I talked to my friend.

ശേഷം അവ ഉറക്കെ വായിക്കുക.

എന്റെ സ്വന്തം അനുഭവം

വ്യോമസേനയിൽ ഇംഗ്ലീഷ് പഠിക്കുമ്പോൾ എനിക്ക് ഏറ്റവും വലിയ ബുദ്ധിമുട്ട് വാക്യനിർമ്മാണമായിരുന്നു.

വാക്കുകൾ അറിയാമായിരുന്നു.

പക്ഷേ അവയെ ചേർത്ത് വാക്യങ്ങളാക്കാൻ അറിയില്ലായിരുന്നു.

അപ്പോൾ ഞാൻ പരേഡ് ഗ്രൗണ്ടിൽ സാങ്കൽപ്പിക സംഭാഷണങ്ങൾ ആരംഭിച്ചു.

"Hello, how are you?"

"I am fine, thank you."

എന്നിങ്ങനെ തുടങ്ങുകയും പിന്നീട് കൂടുതൽ വാക്യങ്ങൾ ചേർക്കു കയും ചെയ്തു.

ക്രമേണ അത് സ്വാഭാവിക സംഭാഷണങ്ങളായി മാറി.

യഥാർത്ഥ ആളുകളോട് സംസാരിക്കുമ്പോൾ എനിക്ക് മടിയില്ലാതെ ആശയവിനിമയം നടത്താൻ കഴിഞ്ഞു.

സാധാരണ തെറ്റുകൾ

1. മാതൃഭാഷയിൽ നിന്ന് നേരിട്ട് വിവർത്തനം ചെയ്യൽ

മലയാളം:

Rice I ate.

ശരിയായ ഇംഗ്ലീഷ്:

I ate rice.

2. തുടക്കത്തിൽ തന്നെ വലിയ വാക്യങ്ങൾ നിർമ്മിക്കാൻ ശ്രമിക്കൽ

ചെറിയ വാക്യങ്ങളിൽ നിന്ന് തുടങ്ങുക.

3. വാക്കുകൾ മാത്രം പഠിക്കൽ

വാക്യങ്ങളില്ലാത്ത വാക്കുകൾക്ക് വലിയ പ്രയോജനമില്ല.

4. തെറ്റുകളെ ഭയക്കൽ

തെറ്റുകൾ സ്വാഭാവികമാണ്.

കൂടുതൽ സംസാരിക്കുന്തോറും തെറ്റുകൾ കുറയും.

ഉപസംഹാരം

സ്വാഭാവികമായ വാക്യനിർമ്മാണമാണ് ഫ്ലുവൻസിയുടെ ഹൃദയം.

ഓർക്കുക:

- ചെറിയ വാക്യങ്ങളിൽ നിന്ന് തുടങ്ങുക.
- സാധാരണ ഘടനകൾ പരിശീലിക്കുക.
- ഘട്ടംഘട്ടമായി വികസിപ്പിക്കുക.
- സംഭാഷണങ്ങൾ ഉപയോഗിച്ച് പരിശീലിക്കുക.

നിങ്ങളുടെ ലക്ഷ്യം പൂർണമായ ഇംഗ്ലീഷ് സംസാരിക്കുകയല്ല.

മറ്റുള്ളവർക്ക് എളുപ്പത്തിൽ മനസ്സിലാകുന്ന സ്വാഭാവിക ഇംഗ്ലീഷ് സംസാരിക്കുകയാണ്.

ദിവസവും വാക്യങ്ങൾ നിർമ്മിക്കുക.

അവ ഉറക്കെ പറയുക.

എഴുതുക.

യഥാർത്ഥ ജീവിതത്തിൽ ഉപയോഗിക്കുക.

ക്രമേണ വാക്യങ്ങൾ സംഭാഷണങ്ങളായി മാറും.

സംഭാഷണങ്ങൾ ഫ്ലുവൻസിയായി മാറും.

നിങ്ങളുടെ വാക്കുകൾ ഇഷ്ടികകളാണ്.

വാക്യങ്ങൾ മതിലുകളാണ്.

സംഭാഷണങ്ങൾ വീടാണ്.

ഇന്നുതന്നെ നിർമ്മാണം ആരംഭിക്കുക.

അപ്പോൾ ജീവിതകാലം മുഴുവൻ നിലനിൽക്കുന്ന ഒരു ശക്തമായ ഇംഗ്ലീഷ് ഭവനം നിങ്ങൾ സ്വന്തമാക്കും.

അധ്യായം 8

ഭയമില്ലാതെ സംസാരിക്കാം

ആമുഖം

പദസമ്പത്തും വ്യാകരണവും ഇംഗ്ലീഷ് ഭാഷയുടെ ശരീരമാണെങ്കിൽ, **ആത്മവിശ്വാസമാണ് അതിന്റെ ആത്മാവ്.**

ആത്മവിശ്വാസമില്ലാതെ, നന്നായി തയ്യാറെടുത്ത ഒരാൾക്ക് പോലും തന്റെ ആശയങ്ങൾ വ്യക്തമായി അവതരിപ്പിക്കാൻ ബുദ്ധിമുട്ടാകും.

ഇംഗ്ലീഷ് അനായാസമായി സംസാരിക്കാൻ ആളുകൾ പരാജയപ്പെടുന്നതിനുള്ള ഏറ്റവും സാധാരണമായ കാരണം അറിവില്ലായ്മയല്ല.

ഭയമാണ്.

- തെറ്റുകൾ സംഭവിക്കുമോ എന്ന ഭയം.
- ആളുകൾ പരിഹസിക്കുമോ എന്ന ഭയം.
- ശരിയായ വാക്കുകൾ കണ്ടെത്താൻ കഴിയില്ലെന്ന ഭയം.
- സംസാരിക്കുമ്പോൾ ഇടവേളകൾ ഉണ്ടാകുമോ എന്ന ഭയം.

ഈ ഭയം പഠിതാക്കളെ നിശ്ശബ്ദരാക്കുന്നു.

അവർക്ക് ഇംഗ്ലീഷ് മനസ്സിലാകും.

ഇംഗ്ലീഷ് വായിക്കാൻ കഴിയും.

എഴുതാനും കഴിയും.

എന്നാൽ സംസാരിക്കേണ്ട സമയത്ത് നാവ് നിശ്ചലമാകുന്നു.

സന്തോഷകരമായ കാര്യം എന്തെന്നാൽ:

ഭയത്തെ മറികടക്കാൻ കഴിയും.

ഭയമില്ലാതെ സംസാരിക്കുക എന്നത് ഒരു കഴിവാണ്.

മറ്റെല്ലാ കഴിവുകളെയും പോലെ അതും പരിശീലനത്തിലൂടെ വളർത്തിയെടുക്കാം.

ഈ അധ്യായത്തിൽ നാം പഠിക്കുന്നത്:

- തെറ്റുകളെ ആത്മവിശ്വാസത്തോടെ എങ്ങനെ നേരിടാം.
- സ്വയം സംശയത്തെ പരിശീലനമായി എങ്ങനെ മാറ്റാം.
- ഭയമില്ലാതെ സംസാരിക്കാൻ സഹായിക്കുന്ന പ്രായോഗിക പ്രവർത്തനങ്ങൾ.

എന്തുകൊണ്ടാണ് ഭയം നമ്മെ സംസാരിക്കുന്നതിൽ നിന്ന് തടയുന്നത്?

ഭയത്തെ മറികടക്കുന്നതിന് മുമ്പ് അത് എവിടെ നിന്നാണ് വരുന്നതെന്ന് മനസ്സിലാക്കണം.

1. **പൂർണതയോടുള്ള അമിത ആഗ്രഹം**

പല പഠിതാക്കളും ചിന്തിക്കുന്നു:

"എനിക്ക് ഒരു തെറ്റുപോലും വരാതെ സംസാരിക്കണം."

ഈ ചിന്ത തന്നെ അവരെ സമ്മർദ്ദത്തിലാക്കുന്നു.

സത്യം എന്താണെന്ന് അറിയാമോ?

ആരും പൂർണമായി സംസാരിക്കുന്നില്ല.

സ്വദേശികളായ ഇംഗ്ലീഷ് സംസാരിക്കുന്നവർക്കുപോലും തെറ്റുകൾ സംഭവിക്കുന്നു.

2. **മറ്റുള്ളവരുടെ വിലയിരുത്തലിനെക്കുറിച്ചുള്ള ഭയം**

"ഞാൻ തെറ്റായി പറഞ്ഞാൽ ആളുകൾ ചിരിക്കും."

ഈ ചിന്ത ആത്മവിശ്വാസം നശിപ്പിക്കുന്നു.

3. **മാതൃഭാഷയിൽ നിന്ന് വിവർത്തനം ചെയ്യൽ**

ഓരോ വാക്യവും മലയാളത്തിൽ ചിന്തിച്ച് ഇംഗ്ലീഷിലേക്ക് വിവർത്തനം ചെയ്യാൻ ശ്രമിക്കുമ്പോൾ സംസാരവേഗം കുറയുന്നു.

മടിയും ഭയവും വർധിക്കുന്നു.

4. **പഴയ മോശം അനുഭവങ്ങൾ**

ഒരിക്കൽ ആരെങ്കിലും നിങ്ങളുടെ തെറ്റുകൾ പരിഹസിച്ചിട്ടുണ്ടാകാം.

അല്ലെങ്കിൽ അപമാനിച്ചിട്ടുണ്ടാകാം.

ആ അനുഭവം വീണ്ടും സംസാരിക്കുമ്പോൾ ഭയം സൃഷ്ടിക്കും.

5. **പരിശീലനക്കുറവ്**

സംസാരപരിശീലനം കുറവാണെങ്കിൽ നാവ് സ്വതന്ത്രമായി പ്രവർത്തിക്കില്ല.

അനുഭവക്കുറവിൽ നിന്നാണ് ഭയം വളരുന്നത്.

തെറ്റുകളെ ആത്മവിശ്വാസത്തോടെ കൈകാര്യം ചെയ്യുക

ഫ്ലുവൻസിയിലേക്കുള്ള ഏറ്റവും വലിയ തടസ്സം തെറ്റുകളെക്കുറിച്ചുള്ള ഭയമാണ്.

എന്നാൽ തെറ്റുകൾ ശത്രുക്കളല്ല.

അവ അധ്യാപകരാണ്.

കുട്ടികളിൽ നിന്ന് പഠിക്കാം

ഒരു കുഞ്ഞ് മാതൃഭാഷ പഠിക്കുമ്പോൾ നിരവധി തെറ്റുകൾ ചെയ്യുന്നു.

എന്നാൽ മാതാപിതാക്കൾ അവനെ പ്രോത്സാഹിപ്പിക്കുന്നു.

ക്രമേണ അവൻ ശരിയായ രൂപങ്ങൾ പഠിക്കുന്നു.

വയസ്സാകുമ്പോൾ നമ്മൾ ഈ സത്യം മറക്കുന്നു.

തെറ്റുകൾ ലജ്ജാകരമാണെന്ന് കരുതുന്നു.

എന്നാൽ യാഥാർത്ഥ്യം:

- ഓരോ തെറ്റും ഫ്ലുവൻസിയിലേക്കുള്ള ഒരു ചുവടാണ്.
- കൂടുതൽ തെറ്റുകൾ കൂടുതൽ പഠനത്തിന് വഴിയൊരുക്കുന്നു.

തെറ്റുകൾ കൈകാര്യം ചെയ്യാനുള്ള മാർഗങ്ങൾ

1. ശാന്തമായി സ്വീകരിക്കുക

ആരെങ്കിലും തിരുത്തിയാൽ വിഷമിക്കരുത്.

പുഞ്ചിരിയോടെ ശരിയായ രൂപം ആവർത്തിക്കുക.

2. നിർത്തരുത്

ഉദാഹരണം:

"He go... sorry... He goes to school every day."

തിരുത്തി മുന്നോട്ട് പോകുക.

3. ആശയവിനിമയത്തിൽ ശ്രദ്ധിക്കുക

നിങ്ങളുടെ ലക്ഷ്യം വ്യാകരണം പ്രദർശിപ്പിക്കലല്ല.

നിങ്ങളുടെ ആശയം പ്രകടിപ്പിക്കലാണ്.

4. സ്വയം ചിരിക്കൂ

രസകരമായ തെറ്റ് സംഭവിച്ചാൽ ചിരിക്കൂ.

നർമ്മം ഭയം കുറയ്ക്കും.

സ്വയം സംശയത്തെ പരിശീലനമാക്കി മാറ്റുക

ഭയം വരുന്നത് സംശയത്തിൽ നിന്നാണ്.

പരിശീലനം സംശയത്തെ ഇല്ലാതാക്കുന്നു.

ഘട്ടം 1 - ദിവസവും ഉറക്കെ സംസാരിക്കുക

ആരും കേൾക്കുന്നില്ലെങ്കിലും സംസാരിക്കുക.

ഉദാഹരണം:

- I am cooking rice now.
- I will go to the shop after lunch.
- Today is a beautiful day.

ഘട്ടം 2 - ഒരു സുഹൃത്തിനൊപ്പം പരിശീലിക്കുക

ഇംഗ്ലീഷ് പഠിക്കാൻ ആഗ്രഹിക്കുന്ന ഒരു സുഹൃത്തിനെ കണ്ടെത്തുക.

നിങ്ങൾ ഒരുമിച്ചിരിക്കുമ്പോൾ ഇംഗ്ലീഷ് മാത്രം സംസാരിക്കുക.

ഘട്ടം 3 - **സംഭാഷണങ്ങളിൽ പങ്കെടുക്കുക**

പൂർണതയ്ക്ക് കാത്തിരിക്കരുത്.

ചെറിയ വാക്യങ്ങൾ ഉപയോഗിച്ചെങ്കിലും സംഭാഷണത്തിൽ പങ്കെടുക്കുക.

ഘട്ടം 4 - **സാങ്കേതികവിദ്യ ഉപയോഗിക്കുക**

- AI ട്യൂട്ടറുകൾ
- ഓൺലൈൻ ഗ്രൂപ്പുകൾ
- ഭാഷാ പഠന ആപ്പുകൾ

ഇവയെല്ലാം ഭയമില്ലാതെ പരിശീലിക്കാൻ സഹായിക്കും.

ഘട്ടം 5 - **ചെറിയ വിജയങ്ങൾ ആഘോഷിക്കുക**

ഇന്ന് ഒരു പൂർണ്ണ വാക്യം പറഞ്ഞോ?

ആഘോഷിക്കുക.

ഇംഗ്ലീഷിൽ ഭക്ഷണം ഓർഡർ ചെയ്തോ?

ആഘോഷിക്കുക.

ഓരോ ചെറിയ വിജയവും ആത്മവിശ്വാസം വർധിപ്പിക്കും.

ഭയമില്ലാതെ സംസാരിക്കാനുള്ള പ്രവർത്തനങ്ങൾ

1. **ദിവസവും അഞ്ച് വാക്യങ്ങൾ**

പ്രതിദിനം അഞ്ച് പുതിയ വാക്യങ്ങൾ ഉറക്കെ പറയുക.

ഉദാഹരണം:

- The weather is nice today.
- I have a meeting at ten o'clock.

- My friend called me yesterday.

ഒരു മാസത്തിനുള്ളിൽ നിങ്ങൾ 150 വാക്യങ്ങൾ സംസാരിച്ചിരിക്കും.

2. **റോൾ പ്ലേ**

വിവിധ സാഹചര്യങ്ങൾ സങ്കൽപ്പിക്കുക.

ഹോട്ടലിൽ

"Excuse me, can I see the menu?"

വിമാനത്താവളത്തിൽ

"What time does the flight leave?"

കടയിൽ

"How much does this cost?"

ആരും ഇല്ലെങ്കിൽ സാങ്കൽപ്പിക വ്യക്തിയോട് സംസാരിക്കുക.

3. **ഒരു മിനിറ്റ് പ്രസംഗം**

ഒരു വിഷയം തിരഞ്ഞെടുക്കുക.

ഉദാഹരണം:

- കുടുംബം
- ഹോബി
- ഇഷ്ടഭക്ഷണം

ഒരു മിനിറ്റ് നിർത്താതെ സംസാരിക്കുക.

ക്രമേണ 2, 3, 5 മിനിറ്റായി വർധിപ്പിക്കുക.

4. തെറ്റുകളുടെ കളി

ഒരു സുഹൃത്തിനൊപ്പം മനഃപൂർവ്വം തെറ്റുകൾ ചെയ്യുക.

ഉദാഹരണം:

"I goed to school yesterday."

പിന്നീട് തിരുത്തുക:

"I went to school yesterday."

ഇത് തെറ്റുകളോടുള്ള ഭയം ഇല്ലാതാക്കും.

5. സംഭാഷണ ഡയറി

പ്രതിദിനം ഇംഗ്ലീഷിൽ നടത്തിയ ഒരു സംഭാഷണം കുറിക്കുക.

ചെറിയതാണെങ്കിലും മതി.

പിന്നീട് ഉറക്കെ വായിക്കുക.

6. യഥാർത്ഥ ജീവിത പരിശീലനം

ഇംഗ്ലീഷിൽ:

- ഭക്ഷണം ഓർഡർ ചെയ്യുക.
- വഴി ചോദിക്കുക.
- കടക്കാരനോട് സംസാരിക്കുക.

ഇതുപോലുള്ള പരിശീലനം ഭയം വേഗത്തിൽ കുറയ്ക്കും.

7. ഗ്രൂപ്പ് ചർച്ചകൾ

ഒരു ചെറിയ ഗ്രൂപ്പ് രൂപീകരിക്കുക.

നിയമം:

ഇംഗ്ലീഷ് മാത്രം സംസാരിക്കുക.

ഗ്രൂപ്പിന്റെ പിന്തുണ ധൈര്യം വർധിപ്പിക്കും.

എന്റെ സ്വന്തം അനുഭവം

വ്യോമസേനയിൽ ചേർന്നപ്പോൾ എനിക്കും ഇതേ ഭയമുണ്ടായിരുന്നു.

വാക്കുകൾ അറിയാമായിരുന്നു.

പക്ഷേ ഇംഗ്ലീഷിൽ സംസാരിക്കാൻ മടിയായിരുന്നു.

ഒരു ദിവസം ഞാൻ തീരുമാനിച്ചു:

"ഇനി മതി."

ഞാൻ പരേഡ് ഗ്രൗണ്ടിലേക്ക് പോയി.

അവിടെ ഒറ്റയ്ക്ക് നിന്ന്, എന്റെ മുന്നിൽ ഒരാൾ നിൽക്കുന്നതായി സങ്കൽപ്പിച്ച് ഉറക്കെ ഇംഗ്ലീഷിൽ സംസാരിക്കാൻ തുടങ്ങി.

ആദ്യം വളരെ വിചിത്രമായി തോന്നി.

പക്ഷേ ദിവസേന പരിശീലിച്ചപ്പോൾ നാവ് കൂടുതൽ സ്വതന്ത്രമായി പ്രവർത്തിക്കാൻ തുടങ്ങി.

ശേഷം പുതിയ വാക്കുകൾ ഒരു ചെറിയ കടലാസിൽ കുറിച്ച് അവ ഉപയോഗിച്ച് സംസാരിക്കാൻ തുടങ്ങി.

ഇംഗ്ലീഷ് സംസാരിക്കുന്ന സുഹൃത്തുക്കളെയും കണ്ടെത്തി.

ക്രമേണ ഭയം ഇല്ലാതായി.

സംസാരം സ്വാഭാവികമായി.

ഇന്ന് അഭിമാനത്തോടെ പറയാം:

പ്രതിഭയല്ല, ഭയമില്ലാത്ത പരിശീലനമാണ് എനിക്ക് ഫ്ലുവ ൻസി നൽകിയത്.

ഭയം കുറയ്ക്കാനുള്ള മാനസിക തന്ത്ര ങ്ങൾ

1. **ശ്രദ്ധ സ്വയം നിന്ന് സന്ദേശത്തിലേക്ക് മാറ്റുക**

"ആളുകൾ എന്നെ പരിഹസിക്കുമോ?"

എന്ന് ചിന്തിക്കരുത്.

"എന്റെ ആശയം ഞാൻ കൈമാറുന്നുണ്ടോ?"

എന്ന് ചിന്തിക്കുക.

2. **പോസിറ്റീവ് സ്വയംസംഭാഷണം**

സ്വയം പറയുക:

- I can speak.
- I am improving every day.

3. **അപൂർണത അംഗീകരിക്കുക**

ഫ്ലുവൻറ് സംസാരിക്കുന്നവരും ചിലപ്പോൾ മടിക്കുന്നു.

4. **ദൃശ്യവൽക്കരണം**

കണ്ണുകൾ അടച്ച് ആത്മവിശ്വാസത്തോടെ സംസാരിക്കുന്നതായി സങ്കൽപ്പിക്കുക.

5. **ചെറിയ ഘട്ടങ്ങളിലൂടെ മുന്നേറുക**

ആദ്യം ഒരു സുഹൃത്തിനോട് സംസാരിക്കുക.

ശേഷം രണ്ട് പേരോട്.

പിന്നീട് ഒരു ചെറിയ ഗ്രൂപ്പിനോട്.

ഭയത്തെക്കുറിച്ചുള്ള തെറ്റിദ്ധാരണകൾ

"സംസാരിക്കുന്നതിന് മുമ്പ് എനിക്ക് ഉയർന്ന നിലവാരത്തിലുള്ള വ്യാകരണം പഠിക്കണം."

❌ തെറ്റ്

കുട്ടികൾ വ്യാകരണം പഠിക്കുന്നതിന് മുമ്പ് സംസാരിക്കുന്നു.

"പദസമ്പത്ത് വർധിച്ച ശേഷം സംസാരിക്കും."

❌ തെറ്റ്

സംസാരിക്കുന്നതിലൂടെയാണ് പദസമ്പത്ത് വളരുന്നത്.

"ആളുകൾ എന്നെ പരിഹസിക്കും."

❌ തെറ്റ്

ചിലർ പരിഹസിച്ചേക്കാം.

എന്നാൽ മിക്കവരും നിങ്ങളുടെ ശ്രമത്തെ ബഹുമാനിക്കും.

15 മിനിറ്റിന്റെ ദൈനംദിന പരിശീലനം

2 മിനിറ്റ്

ഒരു ചെറിയ ഖണ്ഡിക ഉറക്കെ വായിക്കുക.

3 മിനിറ്റ്

ഒരു വിഷയത്തെക്കുറിച്ച് സംസാരിക്കുക.

3 മിനിറ്റ്

ഒരു റോൾ പ്ലേ പരിശീലിക്കുക.

2 മിനിറ്റ്

ഒരു ഓഡിയോ ക്ലിപ്പിനൊപ്പം ഷാഡോയിംഗ് ചെയ്യുക.

5 മിനിറ്റ്

ഒരു സുഹൃത്തിനോട് സംസാരിക്കുക അല്ലെങ്കിൽ സാങ്കൽപ്പിക സംഭാഷണം നടത്തുക.

90 ദിവസം തുടർച്ചയായി ചെയ്താൽ ഭയം ഗണ്യമായി കുറയും.

ഉപസംഹാരം

ഫ്ലുവൻറ് സംസാരിക്കുന്നവരുടെ രഹസ്യം അവർ ഒരിക്കലും തെറ്റുകൾ ചെയ്യില്ല എന്നതല്ല.

അവർ തെറ്റുകളെ ഭയപ്പെടുന്നില്ല എന്നതാണ്.

പരിശീലനം കൂടുന്തോറും ഭയം കുറയും.

ഉപയോഗം കൂടുന്തോറും ആത്മവിശ്വാസം വളരും.

ഓരോ തവണയും നിങ്ങൾ ഇംഗ്ലീഷിൽ സംസാരിക്കുമ്പോൾ ഭയത്തെ അല്പം കൂടി പരാജയപ്പെടുത്തുകയാണ്.

പൂർണമായ ഇംഗ്ലീഷിനായി കാത്തിരിക്കരുത്.

നിങ്ങൾക്കറിയാവുന്നതിൽ നിന്ന് തുടങ്ങുക.

ചെറിയ വാക്യങ്ങൾ പറയുക.

പതുക്കെ പറയുക.

എന്നാൽ ദിവസവും പറയുക.

ഓർക്കുക:

ആത്മവിശ്വാസമാണ് യഥാർത്ഥ ഫ്ലുവൻസി.

ഭയമില്ലാതെ സംസാരിക്കാൻ തുടങ്ങുമ്പോൾ വാക്കുകൾ സ്വാഭാവികമായി ഒഴുകും.

അപ്പോൾ ഇംഗ്ലീഷ് ഒരു തടസ്സമല്ല.

വിജയത്തിലേക്കുള്ള ഒരു പാലമായിരിക്കും.

അതിനാൽ മടി ഉപേക്ഷിക്കുക.

ധൈര്യമായി സംസാരിക്കുക.

ലോകം നിങ്ങളുടെ ശബ്ദം കേൾക്കാൻ കാത്തിരിക്കുകയാണ്.

ഭാഗം III

ദൈനംദിന സംഭാഷണങ്ങൾ

അധ്യായം 9

ദൈനംദിന ജീവിതത്തിനുള്ള ഇംഗ്ലീഷ്

ആമുഖം

ഒരു ഭാഷയുടെ യഥാർത്ഥ ശക്തി അത് ദിവസേന ഉപയോഗിക്കാൻ തുടങ്ങുമ്പോഴാണ് പ്രകടമാകുന്നത്.

ഇംഗ്ലീഷ് പരീക്ഷകൾക്കും അഭിമുഖങ്ങൾക്കും പ്രത്യേക അവസരങ്ങൾക്കും മാത്രമുള്ള ഭാഷയല്ല.

അത് ജീവിതത്തിനുള്ള ഭാഷയാണ്.

വീട്ടിലും സ്കൂളിലും ജോലിസ്ഥലത്തും ഷോപ്പിംഗിനിടയിലും യാത്രകളിലും സുഹൃത്തുക്കളുമായുള്ള സംഭാഷണങ്ങളിലും ഇംഗ്ലീഷ് ഉപയോഗിക്കാം.

യഥാർത്ഥ ജീവിത സാഹചര്യങ്ങളിൽ നിങ്ങൾ കൂടുതൽ പരിശീലിക്കുന്തോറും നിങ്ങളുടെ ഫ്ലുവൻസി വേഗത്തിൽ വളരും.

ഈ അധ്യായത്തിൽ നാം പഠിക്കുന്നത്:

- വീട്ടിലെ സംഭാഷണങ്ങൾ
- സ്കൂളിലെ സംഭാഷണങ്ങൾ
- ജോലിസ്ഥലത്തെ ആശയവിനിമയം
- ഷോപ്പിംഗ് സമയത്തെ സംഭാഷണങ്ങൾ
- യാത്രകളിലെ സംഭാഷണങ്ങൾ
- സാമൂഹിക ജീവിതത്തിലെ സംഭാഷണങ്ങൾ
- റോൾ-പ്ലേ പരിശീലനങ്ങൾ

ഈ അധ്യായത്തിന്റെ അവസാനം ദൈനംദിന ജീവിതത്തിലെ മിക്ക സാഹചര്യങ്ങളും ആത്മവിശ്വാസത്തോടെ ഇംഗ്ലീഷിൽ കൈകാര്യം ചെയ്യാൻ നിങ്ങൾക്ക് കഴിയും.

വീട്ടിലെ സംഭാഷണങ്ങൾ

കേരളം പോലുള്ള പ്രദേശങ്ങളിൽ മിക്ക കുടുംബങ്ങളും മാതൃഭാഷയിലാണ് സംസാരിക്കുന്നത്.

എന്നാൽ വീട്ടിൽ കുറച്ച് ഇംഗ്ലീഷ് ഉൾപ്പെടുത്തുന്നത് മികച്ച പരിശീലനമാണ്.

വീട്ടിൽ ഉപയോഗിക്കാവുന്ന സാധാരണ വാക്യങ്ങൾ

- Wake up, it's time for school.
(എഴുന്നേൽക്കൂ, സ്കൂളിൽ പോകാനുള്ള സമയമായി.)
- Have you finished your homework?
(നിന്റെ ഹോംവർക്ക് പൂർത്തിയാക്കിയോ?)
- What's for dinner today?
(ഇന്ന് രാത്രി ഭക്ഷണത്തിന് എന്താണ്?)
- Please pass me the water bottle.
(വെള്ളക്കുപ്പി എനിക്ക് തരാമോ?)
- Don't forget to switch off the lights.
(ലൈറ്റ് ഓഫ് ചെയ്യാൻ മറക്കരുത്.)

സംഭാഷണം 1 - പ്രഭാത ദിനചര്യ

Mother:

Good morning. Did you sleep well?

Child:

Yes, Mom. Good morning.

Mother:

Hurry up. It's time to get ready for school.

Child:

Okay. I'll brush my teeth first.

സംഭാഷണം 2

Father:

How was your day at school?

Child:

It was good. We had a test today.

Mother:

Really? How did you do?

Child:

I think I did well.

ഇത്തരത്തിലുള്ള ചെറിയ സംഭാഷണങ്ങൾ ദിവസവും പരിശീലിച്ചാൽ ഇംഗ്ലീഷ് വീട്ടിലെ സ്വാഭാവിക ഭാഷയായി മാറും.

സ്കൂളിലെ സംഭാഷണങ്ങൾ

വിദ്യാർത്ഥികൾക്ക് സ്കൂളിൽ എല്ലായിടത്തും ഇംഗ്ലീഷിനെ നേരിടേണ്ടി വരും.

സ്കൂളിൽ ഉപയോഗിക്കാവുന്ന വാക്യങ്ങൾ

- May I come in, sir?
- I didn't understand this chapter.
- Can you explain it again?
- I forgot my homework.
- Let's study together.

സംഭാഷണം 3 - അധ്യാപകനും വിദ്യാർത്ഥിയും

Student:

Excuse me, ma'am. May I ask a question?

Teacher:

Yes, go ahead.

Student:

I didn't understand this problem.

Can you explain it once more?

Teacher:

Sure. Let me explain it step by step.

സംഭാഷണം 4 - സുഹൃത്തുക്കൾ തമ്മിൽ

A:

What are you doing this weekend?

B:

I'm going to my cousin's house.

A:

Nice! Will you come back by Monday?

B:

Yes. I'll be back before school.

ജോലിസ്ഥലത്തെ സംഭാഷണങ്ങൾ

പ്രൊഫഷണൽ ജീവിതത്തിൽ ഇംഗ്ലീഷ് വളരെ പ്രധാനമാണ്.

ഓഫീസിൽ ഉപയോഗിക്കാവുന്ന വാക്യങ്ങൾ

- Good morning, everyone.
- Can we schedule a meeting?
- Please send me the report by evening.
- I will check and get back to you.
- Let's discuss this further.

സംഭാഷണം 5 - ഓഫീസ് മീറ്റിംഗ്

Manager:

Good morning, team.

Any updates on the project?

Employee:

Yes, sir.

We completed phase one yesterday.

Manager:

Great.

Please prepare a report and send it to me by the afternoon.

Employee:

Sure, I'll do that.

സംഭാഷണം 6 - ഓഫീസ് ഫോൺകോൾ

Receptionist:

Good afternoon.

ABC Company.

How may I help you?

Caller:

Hello.

This is Ramesh from XYZ Ltd.

May I speak with Mr. Sharma?

Receptionist:

Sure.

Please hold the line.

ഷോപ്പിംഗിനിടെയുള്ള സംഭാഷണങ്ങൾ

ഷോപ്പിംഗ് ഇംഗ്ലീഷ് പരിശീലിക്കാൻ ഏറ്റവും നല്ല അവസരങ്ങളിലൊന്നാണ്.

കടകളിൽ ഉപയോഗിക്കാവുന്ന വാക്യങ്ങൾ

- How much does this cost?
- Can I try this on?
- Do you accept cards?
- Please pack this for me.
- Can you give me a discount?

സംഭാഷണം 7 - സൂപ്പർമാർക്കറ്റിൽ

Customer:

Excuse me.

Where can I find bread?

Staff:

It's on the second aisle near the milk section.

Customer:

Thank you.

How much is this packet of rice?

Staff:

That's 500 rupees.

സംഭാഷണം 8 - വസ്ത്രക്കടയിൽ

Customer:

Do you have this shirt in medium size?

Shopkeeper:

Yes.

Here it is.

Would you like to try it?

Customer:

Yes, please.

Where is the trial room?

Shopkeeper:

Right over there.

യാത്രകളിലെ സംഭാഷണങ്ങൾ

യാത്രകളിൽ ഇംഗ്ലീഷ് വളരെ സഹായകരമാണ്.

യാത്രക്കാർക്കുള്ള പ്രധാന വാക്യങ്ങൾ

- Where is the ticket counter?
- What time does the train leave?
- I'd like to book a room.
- Can you suggest a good restaurant nearby?
- How far is the airport from here?

സംഭാഷണം 9 - റെയിൽവേ സ്റ്റേഷനിൽ

Traveler:

Excuse me.

Which platform is the Chennai train?

Staff:

Platform number 3.

Traveler:

Thank you.

What time does it leave?

Staff:

At 7:15 sharp.

സംഭാഷണം 10 - ഹോട്ടലിൽ

Guest:

Good evening.

I'd like to book a room.

Receptionist:

Sure.

Single or double?

Guest:

A single room, please, for two nights.

Receptionist:

Alright.

Please fill out this form.

സാമൂഹിക ജീവിതത്തിലെ സംഭാഷണങ്ങൾ

സുഹൃത്തുക്കളുമായും അയൽക്കാരുമായും പുതിയ ആളുകളുമായും സംസാരിക്കുമ്പോൾ ഇംഗ്ലീഷ് ഉപകാരപ്പെടും.

സാധാരണ സാമൂഹിക വാക്യങ്ങൾ

- Hi, nice to meet you.
- How have you been?
- That sounds great.
- Can I join you?
- See you later.

സംഭാഷണം 11 - ഒരു പാർട്ടിയിൽ

A:

Hi! How are you?

B:

I'm good.

Long time no see!

A:

Yes, it's been months.

What are you doing these days?

B:

I joined a new company last month.

സംഭാഷണം 12 - സുഹൃത്തുമായി

A:

Hey, do you want to go for coffee?

B:

Sure.

Where shall we go?

A:

Let's try the new café near the park.

B:

Good idea.

Let's go.

റോൾ-പ്ലേ പരിശീലനങ്ങൾ

അഭ്യാസം 1 - റെസ്റ്റോറന്റിൽ ഭക്ഷണം ഓർഡർ ചെയ്യുക

Customer:

Excuse me.

Can I have the menu, please?

Waiter:

Here is the menu, sir.

What would you like to order?

അഭ്യാസം 2 - ട്രെയിൻ ടിക്കറ്റ് വാങ്ങുക

Customer:

I'd like a ticket to Delhi for tomorrow morning.

Clerk:

Sure.

Do you prefer a sleeper or AC?

Customer:

AC, please.

How much is it?

അഭ്യാസം 3 - ജോലി അഭിമുഖം

Interviewer:

Tell me about yourself.

Candidate:

I am an engineering graduate and I have a passion for learning.

ദിവസേന ചെയ്യാവുന്ന പരിശീലനങ്ങൾ

1. ഇംഗ്ലീഷ് ഡയറി

ദിവസവും അഞ്ച് വാക്യങ്ങൾ എഴുതുക.

ശേഷം ഉറക്കെ വായിക്കുക.

2. സ്വയം സംസാരിക്കുക

ഉദാഹരണം:

"I am cooking rice now."

3. ചെറിയ സംഭാഷണങ്ങൾ ആരംഭിക്കുക

സഹപാഠികളോടോ സഹപ്രവർത്തകരോടോ ഇംഗ്ലീഷിൽ സംസാരിക്കാൻ തുടങ്ങുക.

4. എല്ലായിടത്തും ഇംഗ്ലീഷ് ഉപയോഗിക്കുക

- WhatsApp
- സോഷ്യൽ മീഡിയ
- സന്ദേശങ്ങൾ

എന്നിവയിൽ കഴിയുന്നത്ര ഇംഗ്ലീഷ് ഉപയോഗിക്കുക.

5. സിനിമാ സംഭാഷണങ്ങൾ ആവർത്തിക്കുക

സിനിമ കാണുമ്പോൾ നിർത്തി സംഭാഷണങ്ങൾ ആവർത്തിക്കുക.

എന്റെ സ്വന്തം അനുഭവം

ഇംഗ്ലീഷ് പഠിക്കുമ്പോൾ ഞാൻ മനസ്സിലാക്കിയ ഒരു വലിയ സത്യം ഇതാണ്:

ഫ്ലുവൻസി ക്ലാസ് മുറികളിൽ വളരുന്നില്ല.

അത് ദൈനംദിന ജീവിതത്തിലാണ് വളരുന്നത്.

അതിനാൽ ഞാൻ എല്ലാ സാഹചര്യങ്ങളിലും ഇംഗ്ലീഷ് ഉപയോഗിക്കാൻ തുടങ്ങി.

- ഭക്ഷണം ഓർഡർ ചെയ്യുമ്പോൾ
- വഴി ചോദിക്കുമ്പോൾ
- സുഹൃത്തുക്കളോട് സംസാരിക്കുമ്പോൾ

ആദ്യത്തിൽ ഭയമുണ്ടായിരുന്നു.

എന്നാൽ ഓരോ സംഭാഷണവും ആത്മവിശ്വാസം വർധിപ്പിച്ചു.

ക്രമേണ ഇംഗ്ലീഷ് ഒരു വിഷയമല്ലാതായി.

എന്റെ ജീവിതത്തിന്റെ ഭാഗമായിത്തീർന്നു.

ഉപസംഹാരം

ഫ്ലുവൻസി സിദ്ധാന്തങ്ങളിലൂടെ വളരുന്നില്ല.

ദൈനംദിന പരിശീലനത്തിലൂടെയാണ് അത് വളരുന്നത്.

വീട്ടിലോ സ്കൂളിലോ ഓഫീസിലോ കടകളിലോ നടക്കുന്ന ഓരോ സംഭാഷണവും നിങ്ങളുടെ ഇംഗ്ലീഷ് മെച്ചപ്പെടുത്താനുള്ള ഒരു അവസരമാണ്.

വലിയ അവസരങ്ങൾക്കായി കാത്തിരിക്കരുത്.

ചെറിയ സംഭാഷണങ്ങളിൽ നിന്ന് തുടങ്ങുക.

തെറ്റുകൾ സംഭവിച്ചാലും സംസാരിക്കുക.

റോൾ-പ്ലേ പരിശീലനങ്ങൾ ചെയ്യുക.

കഴിയുന്നത്ര ഇംഗ്ലീഷ് ഉപയോഗിക്കുക.

ഓർക്കുക:

വാക്യം വാക്യമായി, സംഭാഷണം സംഭാഷണമായി, ദിവസം ദിവസമായി ഫ്ലുവൻസി വളരുന്നു.

ഇംഗ്ലീഷിനെ നിങ്ങളുടെ ദൈനംദിന ജീവിതത്തിന്റെ ഭാഗമാക്കിയാൽ, അത് വളരെ പെട്ടെന്ന് നിങ്ങളുടെ രണ്ടാമത്തെ സ്വഭാവമായി മാറും.

അതിനാൽ ഇന്നുമുതൽ സ്വയം ഒരു വാഗ്ദാനം ചെയ്യുക:

"ഇംഗ്ലീഷില്ലാത്ത ഒരു ദിവസം പോലും ഇല്ല."

അധ്യായം 10

പ്രൊഫഷണൽ വിജയത്തിനുള്ള ഇംഗ്ലീഷ്

ആമുഖം

ഇന്നത്തെ ലോകത്ത് ഇംഗ്ലീഷ് ഒരു ഭാഷ മാത്രമല്ല.

അത് പ്രൊഫഷണലിസത്തിന്റെ നാണയമാണ്.

ജോലിസ്ഥലത്ത് നിങ്ങൾ ഇംഗ്ലീഷിൽ സംസാരിക്കുന്നതും എഴുതുന്നതും നിങ്ങളുടെ വിശ്വാസ്യതയും ആത്മവിശ്വാസവും കരിയർ വളർച്ചയും നിർണ്ണയിക്കാൻ കഴിയും.

നിങ്ങൾക്ക് മികച്ച സാങ്കേതിക വൈദഗ്ധ്യവും അറിവും കഴിവും ഉണ്ടായിരിക്കാം.

എന്നാൽ അവ വ്യക്തമായ ഇംഗ്ലീഷിൽ പ്രകടിപ്പിക്കാൻ കഴിയുന്നില്ലെങ്കിൽ നിരവധി അവസരങ്ങൾ നഷ്ടപ്പെടാം.

ഈ അധ്യായത്തിൽ നാം പഠിക്കുന്നത്:

- ജോലി അഭിമുഖങ്ങൾ
- ജോലിസ്ഥലത്തെ ആശയവിനിമയം
- പ്രസന്റേഷനുകൾ
- മീറ്റിംഗുകൾ
- പ്രൊഫഷണൽ ഇമെയിലുകൾ

ഇവയിൽ പ്രാവീണ്യം നേടുന്നത് കോർപ്പറേറ്റ് ലോകത്ത് വിജയിക്കാനുള്ള ആത്മവിശ്വാസം നിങ്ങൾക്ക് നൽകും.

ജോലി അഭിമുഖങ്ങളും ജോലിസ്ഥല ആശയവിനിമയവും

ജോലി നേടുന്നതിനുള്ള ആദ്യ കവാടമാണ് അഭിമുഖം.

പല പഠിതാക്കൾക്കും ഇംഗ്ലീഷിൽ അഭിമുഖം നേരിടുന്നത് സമ്മർദ്ദമുണ്ടാക്കുന്ന കാര്യമാണ്.

എന്നാൽ ശരിയായ തയ്യാറെടുപ്പും പരിശീലനവും ഉണ്ടെങ്കിൽ ആത്മവിശ്വാസത്തോടെ അഭിമുഖത്തെ നേരിടാൻ കഴിയും.

സാധാരണ അഭിമുഖ ചോദ്യങ്ങളും മാതൃകാ ഉത്തരങ്ങളും

1. **നിങ്ങളെക്കുറിച്ച് പറയൂ**

ഇതാണ് സാധാരണയായി ചോദിക്കുന്ന ആദ്യ ചോദ്യം.

ഉത്തരം ഹ്രസ്വവും പ്രൊഫഷണലും ആത്മവിശ്വാസപൂർണ്ണവുമാകണം.

മാതൃകാ ഉത്തരം:

"Good morning, sir/madam.

My name is Anil Kumar.

I completed my degree in Mechanical Engineering from XYZ College.

I have a passion for problem-solving and teamwork.

During my internship, I worked on cost-effective solutions that improved efficiency by 10%.

I am eager to contribute my skills and dedication to your organization."

2. നിങ്ങളുടെ ശക്തികൾ എന്തൊക്കെയാണ്?

മാതൃകാ ഉത്തരം:

"My strengths are discipline and time management.

I always plan my work carefully and complete tasks on time.

I am also a quick learner."

3. നിങ്ങളുടെ ദൗർബല്യങ്ങൾ എന്തൊക്കെയാണ്?

മാതൃകാ ഉത്തരം:

"Sometimes I try to do everything myself.

However, I am learning to delegate tasks and work more collaboratively."

4. ഞങ്ങൾ എന്തുകൊണ്ട് നിങ്ങളെ നിയമിക്കണം?

മാതൃകാ ഉത്തരം:

"I believe my technical knowledge, strong work ethic, and willingness to learn make me a good fit for this role.

I am confident that I can contribute positively to your team."

5. അഞ്ച് വർഷത്തിന് ശേഷം നിങ്ങളെ എവിടെയാണ് കാണുന്നത്?

മാതൃകാ ഉത്തരം:

"In five years, I see myself growing with the company, taking on greater responsibilities, and contributing to larger projects."

അഭിമുഖ വിജയത്തിനുള്ള നിർദ്ദേശങ്ങൾ

1. ഉറക്കെ പരിശീലിക്കുക

ഉത്തരങ്ങൾ മനസ്സിൽ മാത്രം തയ്യാറാക്കരുത്.

ഉറക്കെ പറയുക.

2. ചുരുക്കത്തിൽ സംസാരിക്കുക

ദീർഘവും സങ്കീർണ്ണവുമായ വാക്യങ്ങൾ ഒഴിവാക്കുക.

3. പുഞ്ചിരിക്കുകയും നേത്രസമ്പർക്കം നിലനിർത്തുകയും ചെയ്യുക

ആത്മവിശ്വാസം വാക്കുകളിൽ മാത്രമല്ല.

ശരീരഭാഷയിലും പ്രകടമാകുന്നു.

4. സത്യസന്ധരായിരിക്കുക

കൃത്രിമ ഉത്തരങ്ങൾ മനഃപാഠമാക്കരുത്.

5. മര്യാദയോടെ അവസാനിപ്പിക്കുക

"Thank you for the opportunity.

It was a pleasure speaking with you."

ജോലിസ്ഥല ആശയവിനിമയം

ജോലി ലഭിച്ചതിന് ശേഷം ഇംഗ്ലീഷ് നിങ്ങളുടെ ദൈനംദിന ആശയവിനിമയ ഭാഷയായി മാറുന്നു.

ഓഫീസിൽ ഉപയോഗിക്കാവുന്ന പ്രൊഫഷണൽ വാക്യങ്ങൾ

- Good morning, everyone.
- Can we discuss this later?
- I'll get back to you on that.
- Could you please clarify this point?
- Thank you for your support.

സംഭാഷണം 1 - മേലധികാരിയുമായി

Boss:

Did you finish the report?

Employee:

Yes, sir.

I completed it yesterday.

Would you like me to email it to you?

Boss:

Yes, please.

Send it before lunch.

Employee:

Sure, I'll do that.

സംഭാഷണം 2 - സഹപ്രവർത്തകനുമായി

A:

Can you help me with this file?

B:

Sure.

What exactly do you need?

A:

I need the sales figures for last month.

B:

Okay.

I'll send them to you within an hour.

ജോലിസ്ഥല ഇംഗ്ലീഷിന്റെ മൂന്ന് പ്രധാന ഘടകങ്ങൾ:

- വ്യക്തത
- മര്യാദ
- സഹകരണം

പ്രസന്റേഷനുകളും മീറ്റിംഗുകളും

പ്രൊഫഷണൽ ഇംഗ്ലീഷിന്റെ യഥാർത്ഥ പരീക്ഷണമാണ് പ്രസന്റേഷനുകളും മീറ്റിംഗുകളും.

ഒരു നല്ല പ്രസന്റേഷന്റെ ഘടന

1. **ആരംഭം**

വിഷയം പരിചയപ്പെടുത്തുക.

ഉദാഹരണം:

"Good morning, everyone.

Today I will be talking about our sales growth during the last quarter."

2. പ്രധാന ഭാഗം

ആശയങ്ങൾ ക്രമമായി അവതരിപ്പിക്കുക.

ഉപയോഗിക്കാവുന്ന വാക്കുകൾ:

- First
- Second
- Next
- Finally

ഉദാഹരണങ്ങളും വിവരങ്ങളും ചേർക്കുക.

3. സമാപനം

ഉദാഹരണം:

"In conclusion, our sales increased by 15 percent due to improved customer service.

Thank you for listening."

മീറ്റിംഗുകളിൽ ഉപയോഗിക്കാവുന്ന വാക്യങ്ങൾ

- Let's begin the meeting.
- The purpose of today's meeting is...
- Does anyone have any questions?
- Let's summarize the key points.
- Thank you all for your time.

സംഭാഷണം - ഒരു മീറ്റിംഗിൽ

Manager:

Let's start with project updates.

Anil, can you share your progress?

Anil:

Sure.

We completed phase one last week.

Currently, we are testing the new software.

We expect to finish by Friday.

Manager:

Excellent.

Please keep me updated.

ഓർക്കുക:

മീറ്റിംഗുകൾ അലങ്കാര ഇംഗ്ലീഷിനെക്കുറിച്ചല്ല.

വ്യക്തമായ വിവരങ്ങൾ പങ്കുവെക്കുന്നതിനെയാണ്.

ആത്മവിശ്വാസത്തോടെ ഇമെയിലുകൾ എഴുതുകയും സംസാരിക്കുകയും ചെയ്യുക

പ്രൊഫഷണൽ ജീവിതത്തിൽ ഇമെയിലുകൾ സംസാരഭാഷയെപ്പോലെ തന്നെ പ്രധാനമാണ്.

മോശമായി എഴുതിയ ഇമെയിലുകൾ ആശയക്കുഴപ്പവും വിശ്വാസ്യതക്കുറവും സൃഷ്ടിക്കുന്നു.

ഒരു പ്രൊഫഷണൽ ഇമെയിലിന്റെ ഘടന

1. വിഷയം (Subject)

ചുരുക്കവും വ്യക്തവുമായിരിക്കണം.

ഉദാഹരണം:

Meeting Request: Project Review - 12 June

2. അഭിവാദ്യം

- Dear Sir/Madam,
- Dear Mr. Sharma,

3. ആരംഭവരി

ഉദ്ദേശ്യം വ്യക്തമാക്കുക.

ഉദാഹരണം:

- I am writing to request...
- This is to inform you that...

4. പ്രധാന ഭാഗം

ചെറിയ ഖണ്ഡികകളായി വിവരങ്ങൾ നൽകുക.

5. അവസാനവരി

- Thank you for your time.
- Looking forward to your response.

6. ഒപ്പ്

- Best regards,
- Yours sincerely,
- Your Name

മാതൃകാ ഇമെയിൽ 1 - അവധി അപേക്ഷ

Subject: Leave Request for 5th-7th July

Dear Sir,

I would like to request leave from 5th to 7th July due to personal reasons.

I will ensure that all my work is completed before I leave.

Thank you for your understanding.

Best regards,

Anil Kumar

മാതൃകാ ഇമെയിൽ 2 - മീറ്റിംഗിന് ശേഷമുള്ള ഫോളോ-അപ്പ്

Subject: Follow-Up on Meeting - 2nd March

Dear Mr. Sharma,

Thank you for today's meeting.

As discussed, I will send the draft report by Friday.

Please let me know if there are any additional points you would like me to include.

Looking forward to your feedback.

Sincerely,

Ramesh

ഇമെയിൽ ഉറക്കെ വായിക്കുക

ഇമെയിൽ അയയ്ക്കുന്നതിന് മുമ്പ് ഉറക്കെ വായിക്കുക.

അത് സ്വാഭാവികമായി കേൾക്കുന്നുണ്ടെങ്കിൽ സാധാരണയായി അത് വ്യക്തമായിരിക്കും.

ഈ ശീലം എഴുത്തും സംസാരവും മെച്ചപ്പെടുത്തുന്നു.

പ്രൊഫഷണൽ ഇംഗ്ലീഷ് പരിശീലനങ്ങൾ

1. മോക്ക് ഇന്റർവ്യൂ

സ്വയം റെക്കോർഡ് ചെയ്യുക.

- ശബ്ദം
- വേഗത
- വ്യക്തത

എന്നിവ വിലയിരുത്തുക.

2. മീറ്റിംഗ് റോൾ-പ്ലേ

ഒരു സുഹൃത്തുമായി മീറ്റിംഗ് പരിശീലിക്കുക.

ഒരാൾ മാനേജർ.

മറ്റെയാൾ ജീവനക്കാരൻ.

3. പ്രസന്റേഷൻ പരിശീലനം

"My Dream Company" പോലുള്ള വിഷയങ്ങൾ തിരഞ്ഞെടുക്കുക.

കണ്ണാടിയുടെ മുന്നിൽ അവതരിപ്പിക്കുക.

4. ഇമെയിൽ ജേണൽ

ദിവസവും ഒരു ഇമെയിൽ എഴുതുക.

വിഷയങ്ങൾ:

- അവധി അപേക്ഷ
- മീറ്റിംഗ് അപ്ഡേറ്റ്
- ഉപഭോക്തൃ സന്ദേശം

5. ഓഫീസ് ഇംഗ്ലീഷ് ഡയറി

ദിവസാവസാനം ജോലിയെക്കുറിച്ച് അഞ്ച് വാക്യങ്ങൾ എഴുതുക.

ശേഷം ഉറക്കെ വായിക്കുക.

എന്റെ സ്വന്തം അനുഭവം

വ്യോമസേനയിൽ ചേർന്നതിന് ശേഷം ഔദ്യോഗിക സാഹചര്യങ്ങളിലെ ഇംഗ്ലീഷ് എനിക്ക് ഒരു വലിയ വെല്ലുവിളിയായിരുന്നു.

മീറ്റിംഗുകളിൽ എനിക്ക് ഉത്തരങ്ങൾ അറിയാമായിരുന്നു.

പക്ഷേ സംസാരിക്കാൻ ഭയമായിരുന്നു.

അതിനാൽ പലപ്പോഴും നിശ്ശബ്ദനായി ഇരിക്കുമായിരുന്നു.

പിന്നീട് ചെറിയ വാക്യങ്ങളിൽ നിന്ന് ആരംഭിച്ചു.

ഉദാഹരണം:

"Yes, sir.

I completed the task yesterday."

ക്രമേണ വാക്യങ്ങൾ നീളമുള്ളതും ആത്മവിശ്വാസമുള്ളതുമായി.

ഇമെയിലുകൾ എഴുതാൻ പഠിക്കുമ്പോൾ ഞാൻ ഒരു Oxford Dictionary എപ്പോഴും കൈവശം വെച്ചിരുന്നു.

മുതിർന്ന ഉദ്യോഗസ്ഥർ എഴുതുന്ന രീതി നിരീക്ഷിച്ചു.

അവരിൽ നിന്ന് പഠിച്ചു.

കാലക്രമേണ എന്റെ സ്വന്തം ശൈലി വികസിപ്പിച്ചു.

ഇന്ന് ഞാൻ മനസ്സിലാക്കുന്നത്:

പ്രൊഫഷണൽ ഇംഗ്ലീഷ് ബുദ്ധിമുട്ടുള്ള വാക്കുകളെക്കുറിച്ചല്ല.

അത്:

- വ്യക്തതയെക്കുറിച്ചാണ്
- മര്യാദയെക്കുറിച്ചാണ്
- ആത്മവിശ്വാസത്തെക്കുറിച്ചാണ്

ഉപസംഹാരം

ഇന്നത്തെ ലോകത്ത് ഇംഗ്ലീഷ്:

- ജോലി അഭിമുഖങ്ങളുടെ ഭാഷയാണ്
- ഓഫീസുകളുടെ ഭാഷയാണ്
- മീറ്റിംഗുകളുടെ ഭാഷയാണ്
- പ്രസന്റേഷനുകളുടെ ഭാഷയാണ്
- ഇമെയിലുകളുടെ ഭാഷയാണ്

അതിൽ പ്രാവീണ്യം നേടുന്നത് ഒരു തിരഞ്ഞെടുപ്പല്ല.

അത് അനിവാര്യമാണ്.

ഓർക്കുക:

- അഭിമുഖങ്ങൾക്ക് ആത്മവിശ്വാസവും തയ്യാറെടുപ്പും ആവശ്യമാണ്.
- ജോലിസ്ഥലത്തിന് വ്യക്തതയും മര്യാദയും ആവശ്യമാണ്.
- മീറ്റിംഗുകൾക്കും പ്രസന്റേഷനുകൾക്കും പരിശീലനം ആവശ്യമാണ്.
- ഇമെയിലുകൾക്ക് ലാളിത്യവും പ്രൊഫഷണലിസവും ആവശ്യമാണ്.

ഈ മേഖലകളിൽ ശ്രദ്ധ കേന്ദ്രീകരിച്ചാൽ നിങ്ങളുടെ ഇംഗ്ലീഷ് മെച്ചപ്പെടുക മാത്രമല്ല.

നിങ്ങൾ ഒരു മികച്ച പ്രൊഫഷണലായി വളരും.

നിങ്ങളുടെ സാങ്കേതിക കഴിവുകൾ നിങ്ങൾക്ക് ജോലി നേടി ത്തരും.

എന്നാൽ നിങ്ങളുടെ ആശയവിനിമയ കഴിവുകളാണ് നിങ്ങ ളെ ഉയർന്ന സ്ഥാനങ്ങളിലേക്ക് നയിക്കുക.

അതിനാൽ വ്യക്തമായി സംസാരിക്കുക.

ആത്മവിശ്വാസത്തോടെ എഴുതുക.

മര്യാദയോടെ പെരുമാറുക.

അപ്പോൾ ഇംഗ്ലീഷ് നിങ്ങളുടെ വിജയത്തിനുള്ള ഏറ്റവും ശക്തമായ ഉപകരണമായി മാറും.

അധ്യായം 11

സാമൂഹിക ആത്മവിശ്വാസത്തിനുള്ള ഇംഗ്ലീഷ്

ആമുഖം

ഇംഗ്ലീഷ് ജോലികൾക്കും ക്ലാസ് മുറികൾക്കും മാത്രമുള്ള ഭാഷയല്ല.

അത് സൗഹൃദത്തിന്റെയും ബന്ധങ്ങളുടെയും സന്തോഷത്തിന്റെയും ഭാഷ കൂടിയാണ്.

പല പഠിതാക്കൾക്കും ഔദ്യോഗിക സാഹചര്യങ്ങളിൽ ഇംഗ്ലീഷ് സംസാരിക്കുന്നത് എളുപ്പമാണെങ്കിലും, സുഹൃത്തുക്കളുമായുള്ള സാധാരണ സംഭാഷണങ്ങളിൽ ഇംഗ്ലീഷ് സംസാരിക്കുന്നത് ബുദ്ധിമുട്ടായി തോന്നാറുണ്ട്.

എന്തുകൊണ്ട്?

കാരണം ഔദ്യോഗിക ആശയവിനിമയത്തിന് നിശ്ചിത മാതൃകകളുണ്ട്.

- അഭിമുഖങ്ങൾ
- ഇമെയിലുകൾ
- റിപ്പോർട്ടുകൾ

എന്നാൽ സാമൂഹിക സംഭാഷണങ്ങൾ കൂടുതൽ സ്വതന്ത്രവും വികാരപൂർണ്ണവും പ്രവചനാതീതവുമാണ്.

സാമൂഹിക ആത്മവിശ്വാസം എന്നത്:

- സുഹൃത്തുക്കളുമായി സ്വതന്ത്രമായി സംസാരിക്കുക
- പുതിയ ആളുകളെ പരിചയപ്പെടുക
- കഥകൾ പങ്കുവെക്കുക
- തമാശകൾ പറയുക

- ആളുകളുമായി ബന്ധം സ്ഥാപിക്കുക

എന്നിവയാണ്.

ഈ അധ്യായത്തിൽ നാം പഠിക്കുന്നത്:

- സുഹൃത്തുക്കളുമായുള്ള സാധാരണ സംഭാഷണങ്ങൾ
- നെറ്റ്‌വർക്കിംഗും സാമൂഹിക കൂടിച്ചേരലുകളും
- കഥപറച്ചിലും നർമ്മവും
- സാമൂഹിക ആത്മവിശ്വാസം വളർത്താനുള്ള പരിശീലനങ്ങൾ

സുഹൃത്തുക്കളുമായുള്ള സാധാരണ സംഭാഷണങ്ങൾ

സുഹൃത്തുക്കളുമായുള്ള ഇംഗ്ലീഷ് ലളിതവും സൗഹൃദപരവും സ്വാഭാവികവുമാണ്.

ഇവിടെ ലക്ഷ്യം ആളുകളെ ആകർഷിക്കലല്ല.

അവരുമായി ബന്ധം സ്ഥാപിക്കലാണ്.

സുഹൃത്തുക്കളോട് ഉപയോഗിക്കാവുന്ന സാധാരണ വാക്യങ്ങൾ

- Hey, what's up?
- Long time no see!
- That sounds cool.
- Really? Tell me more.
- See you around.

സംഭാഷണം 1 - വളരെക്കാലത്തിന് ശേഷം കണ്ടുമുട്ടുന്ന സുഹൃത്തുക്കൾ

A:

Hey! It's been ages.

How are you?

B:

I'm good, thanks.

And you?

A:

Doing great.

What are you up to these days?

B:

Just busy with work.

Same old, you know.

ഇവിടെ ശ്രദ്ധിക്കുക:

ചെറിയതും സ്വാഭാവികവുമായ വാക്യങ്ങളാണ് കൂടുതൽ ഫലപ്രദം.

സംഭാഷണം 2 - ഹോബികളെക്കുറിച്ച്

A:

Do you watch cricket?

B:

Of course!

I never miss an India match.

A:

Same here.

Who's your favourite player?

B:

Definitely Virat Kohli.

What about you?

A:

I like Rohit Sharma's style.

സാധാരണ സംഭാഷണങ്ങൾ കൂടുതലായും ഇവയെക്കുറിച്ചായിരിക്കും:

- കായികം
- സിനിമകൾ
- ഭക്ഷണം
- ഹോബികൾ
- യാത്രകൾ

നെറ്റ്വർക്കിംഗും സാമൂഹിക കൂടിച്ചേരലുകളും

നെറ്റ്വർക്കിംഗ് എന്നത് പുതിയ ആളുകളെ പരിചയപ്പെടുകയും ബന്ധങ്ങൾ സ്ഥാപിക്കുകയും ചെയ്യുന്നതാണ്.

ഇത് സംഭവിക്കാവുന്ന സ്ഥലങ്ങൾ:

- സെമിനാറുകൾ
- വിവാഹങ്ങൾ
- പാർട്ടികൾ
- സമ്മേളനങ്ങൾ
- ഓൺലൈൻ പരിപാടികൾ

ഇംഗ്ലീഷിൽ നെറ്റ്വർക്കിംഗ് നടത്താനുള്ള മാർഗങ്ങൾ

1. അഭിവാദനത്തോടെ തുടങ്ങുക

ഒരു പുഞ്ചിരിയും ഒരു "Hello" യും അത്ഭുതങ്ങൾ സൃഷ്ടിക്കും.

ഉദാഹരണം:

"Hello, nice to meet you."

2. തുറന്ന ചോദ്യങ്ങൾ ചോദിക്കുക

തെറ്റ്:

"Do you like this event?"

(അതെ അല്ലെങ്കിൽ ഇല്ല എന്ന ഉത്തരം മാത്രം)

ശരി:

"What do you think about this event?"

3. പൊതുവായ താൽപര്യങ്ങൾ കണ്ടെത്തുക

സംസാരിക്കാൻ പറ്റുന്ന വിഷയങ്ങൾ:

- ഭക്ഷണം
- കാലാവസ്ഥ
- സ്ഥലം
- ജോലി
- ഹോബികൾ

4. നല്ലൊരു ശ്രോതാവാകുക

സംസാരിക്കുക മാത്രമല്ല.

മറ്റുള്ളവർ പറയുന്നത് ശ്രദ്ധിക്കുകയും പ്രതികരിക്കുകയും ചെയ്യുക.

5. മര്യാദയോടെ സംഭാഷണം അവസാനിപ്പിക്കുക

"It was nice talking to you.

Hope to see you again."

സംഭാഷണം 3 - ഒരു സെമിനാറിൽ

A:

Hello.

I'm Ramesh.

Nice to meet you.

B:

Hi.

I'm Anita.

Nice to meet you too.

A:

So, what brings you to this seminar?

B:

I work in marketing.

I wanted to learn more about digital trends.

A:

That's great.

I'm in sales, so this topic is useful for me too.

ഇത്തരം ചെറിയ സംഭാഷണങ്ങളാണ് വലിയ ബന്ധങ്ങൾക്ക് തുടക്കം കുറിക്കുന്നത്.

സംഭാഷണം 4 - ഒരു പാർട്ടിയിൽ

A:

Hi.

Do you know many people here?

B:

Not really.

I came with a friend.

What about you?

A:

Same here.

By the way, I like your outfit.

It's very stylish.

B:

Thank you.

That's very kind of you.

ഒരു ചെറിയ അഭിനന്ദനം പോലും സംഭാഷണം എളുപ്പമാക്കും.

നർമ്മവും കഥപറച്ചിലും

സാമൂഹിക സംഭാഷണങ്ങളെ രസകരമാക്കുന്ന ഏറ്റവും ശക്ത മായ രണ്ട് ഘടകങ്ങളാണ്:

- നർമ്മം
- കഥപറച്ചിൽ

ഇംഗ്ലീഷിലെ നർമ്മം

നർമ്മം എന്നത് സങ്കീർണ്ണമായ തമാശകൾ പറയുക എന്നല്ല.

ലളിതവും രസകരവുമായ രീതിയിൽ സംസാരിക്കുകയാണ്.

ലളിതമായ തമാശ

"I told my computer I needed a break.

Now it won't stop sending me KitKats."

സ്വയം പരിഹസിക്കുന്ന നർമ്മം

"My English was so bad once that I ordered the wrong food at a restaurant."

സ്വയം ചിരിക്കാൻ കഴിയുന്നത് ആത്മവിശ്വാസത്തിന്റെ അട യാളമാണ്.

കഥപറച്ചിൽ

ആളുകളുമായി ബന്ധം സ്ഥാപിക്കാൻ ഏറ്റവും നല്ല മാർഗ ങ്ങളിലൊന്നാണ് കഥപറച്ചിൽ.

ആളുകൾ വസ്തുതകളേക്കാൾ കഥകളെ ഓർക്കുന്നു.

ഒരു നല്ല കഥയുടെ ഘടന

1. ശ്രദ്ധ പിടിച്ചുപറ്റുന്ന തുടക്കം

"You won't believe what happened yesterday..."

2. പശ്ചാത്തലം

സംഭവം ചുരുക്കമായി വിവരിക്കുക.

3. പ്രധാന ഭാഗം

രസകരമോ അതിശയകരമോ ആയ ഭാഗം.

4. സമാപനം

ഒരു പാഠമോ പുഞ്ചിരിയോ നൽകുക.

ഉദാഹരണം

"Last week, I tried cooking pasta for the first time.

I followed a YouTube video carefully.

But in the end, I realized I had added sugar instead of salt.

Everyone laughed, but at least dessert was ready!"

ഇത്തരം ചെറിയ കഥകൾ നിങ്ങളെ കൂടുതൽ ഓർമിക്കപ്പെടുന്ന വ്യക്തിയാക്കും.

സാമൂഹിക ആത്മവിശ്വാസത്തിനുള്ള പരിശീലനങ്ങൾ

പരിശീലനം 1 - Small Talk Challenge

ദിവസവും ഒരാളുമായി ചെറിയ ഇംഗ്ലീഷ് സംഭാഷണം ആരംഭിക്കുക.

വിഷയങ്ങൾ:

- കാലാവസ്ഥ
- ഭക്ഷണം
- വാരാന്ത്യ പദ്ധതികൾ

പരിശീലനം 2 - അഭിനന്ദനങ്ങളുടെ കളി

ഇംഗ്ലീഷിൽ അഭിനന്ദിക്കാൻ പരിശീലിക്കുക.

ഉദാഹരണം:

- You did a great job today.
- That colour looks nice on you.

പരിശീലനം 3 - ദിവസത്തെ കഥ

ഓരോ വൈകുന്നേരവും നിങ്ങളുടെ ദിവസത്തെക്കുറിച്ച് ഒരു ചെറിയ കഥ ഇംഗ്ലീഷിൽ പറയുക.

പരിശീലനം 4 - തമാശ പരിശീലനം

രണ്ടോ മൂന്നോ ചെറിയ തമാശകൾ പഠിക്കുക.

സുഹൃത്തുക്കളോട് പറയാൻ ശ്രമിക്കുക.

പരിശീലനം 5 - നെറ്റ്‌വർക്കിംഗ് റോൾ-പ്ലേ

ഒരു പാർട്ടിയിൽ ആദ്യമായി കാണുന്ന ആളുകളാണെന്ന് സങ്കൽപ്പിച്ച് പരിശീലിക്കുക.

സാമൂഹിക ഇംഗ്ലീഷിലെ സാധാരണ തെറ്റുകൾ

1. **അമിത ഔപചാരികത**

സുഹൃത്തുക്കളോട്:

"How do you do?"

എന്ന് പറയേണ്ടതില്ല.

പകരം:

"Hi, how are you?"

2. ബുദ്ധിമുട്ടുള്ള വാക്കുകളുടെ അമിത ഉപയോഗം

സുഹൃത്തുക്കളോട് സംസാരിക്കുമ്പോൾ ലളിതമായ ഭാഷ മതിയാകും.

3. സ്വയം മാത്രം സംസാരിക്കൽ

നല്ല സംഭാഷണം എന്നത്:

- സംസാരിക്കുക
- കേൾക്കുക

ഇവയുടെ സന്തുലിതാവസ്ഥയാണ്.

4. തമാശകളെ ഭയക്കുക

സ്വാഭാവികമായ ചെറിയ തമാശകളാണ് മികച്ചത്.

5. പരിചയപ്പെട്ട ശേഷം നിശ്ശബ്ദമാകുക

സംഭാഷണം തുടരാൻ ചില ചോദ്യങ്ങൾ തയ്യാറാക്കി വയ്ക്കുക.

എന്റെ സ്വന്തം അനുഭവം

ഇംഗ്ലീഷ് മെച്ചപ്പെടുത്താൻ തുടങ്ങിയപ്പോൾ ഔദ്യോഗിക സംഭാഷണങ്ങൾ എനിക്ക് എളുപ്പമായിരുന്നു.

ഓഫീസുകളിൽ നിശ്ചിത മാതൃകകൾ ഉണ്ടായിരുന്നു:

- മീറ്റിംഗുകൾ
- ഇമെയിലുകൾ
- നിർദ്ദേശങ്ങൾ

എന്നാൽ സാമൂഹിക സാഹചര്യങ്ങൾ വ്യത്യസ്തമായിരുന്നു.

പാർട്ടികളിൽ അപരിചിതരോട് എന്ത് സംസാരിക്കണം എന്ന് അറിയില്ലായിരുന്നു.

അതിനാൽ ഞാൻ:

- റോൾ-പ്ലേ പരിശീലിച്ചു
- ചെറിയ തമാശകൾ മനഃപാഠമാക്കി
- ലളിതമായ ചോദ്യങ്ങൾ ചോദിക്കാൻ തുടങ്ങി

ക്രമേണ ഒരു വലിയ സത്യം മനസ്സിലായി.

ആളുകൾ എന്നെ വിലയിരുത്തുന്നില്ലായിരുന്നു.

ഞാൻ ശ്രമിക്കുന്നതിൽ അവർ സന്തോഷിച്ചിരുന്നു.

പിന്നീട് കഥകൾ പറയാനും സംഭാഷണങ്ങൾ നയിക്കാനും എനിക്ക് കഴിഞ്ഞു.

ഈ സാമൂഹിക ആത്മവിശ്വാസം നിരവധി സൗഹൃദങ്ങൾ നേടാൻ സഹായിച്ചു.

15 മിനിറ്റിന്റെ ദൈനംദിന പരിശീലനം

2 മിനിറ്റ്

സാധാരണ അഭിവാദനങ്ങൾ പരിശീലിക്കുക.

3 മിനിറ്റ്

ദിവസത്തെക്കുറിച്ച് ഒരു ചെറിയ കഥ പറയുക.

3 മിനിറ്റ്

ഒരു തമാശയോ അഭിനന്ദനമോ പരിശീലിക്കുക.

3 മിനിറ്റ്

പുതിയ ഒരാളെ പരിചയപ്പെടുന്ന റോൾ-പ്ലേ ചെയ്യുക.

4 മിനിറ്റ്

ഒരു ഇംഗ്ലീഷ് ടോക്ക് ഷോയോ കോമഡി രംഗമോ കണ്ടു സംഭാഷണങ്ങൾ ആവർത്തിക്കുക.

ഉപസംഹാരം

സാമൂഹിക ആത്മവിശ്വാസം എന്നത് സങ്കീർണ്ണമായ വാക്കുകൾ ഉപയോഗിക്കുന്നതല്ല.

മറ്റൊരു ഭാഷയിൽ നിങ്ങളായിരിക്കാൻ കഴിയുന്നതാണ്.

സുഹൃത്തുക്കൾക്ക് നിങ്ങളുടെ വ്യാകരണം പൂർണ്ണമാണോ എന്നതിൽ താൽപര്യമില്ല.

അവർ ശ്രദ്ധിക്കുന്നത്:

- നിങ്ങൾ സൗഹൃദപരനാണോ?
- നിങ്ങളോട് സംസാരിക്കാൻ രസമാണോ?
- നിങ്ങൾ ശ്രദ്ധയോടെ കേൾക്കുന്നുണ്ടോ?

എന്നതാണ്.

ഓർക്കുക:

- ലളിതമായ വാക്യങ്ങൾ ഉപയോഗിക്കുക.
- പുഞ്ചിരിക്കുക.
- ചോദ്യങ്ങൾ ചോദിക്കുക.
- കഥകൾ പങ്കുവെക്കുക.
- ചെറിയ തമാശകൾ ഉപയോഗിക്കുക.

തെറ്റുകളെക്കുറിച്ച് ചിന്തിക്കുന്നത് നിർത്തി ആളുകളുമായി ബന്ധം സ്ഥാപിക്കുന്നതിൽ ശ്രദ്ധ കേന്ദ്രീകരിക്കുമ്പോൾ ഇംഗ്ലീഷ് ശക്തമായ ഒരു പാലമായി മാറും.

അതുതന്നെയാണ് സാമൂഹിക ആത്മവിശ്വാസത്തിന്റെ യഥാർത്ഥ ലക്ഷ്യം.

അതിനാൽ ഇന്ന് തന്നെ തുടങ്ങൂ.

ഒരാളെ അഭിവാദ്യം ചെയ്യൂ.

ഒരു ചെറിയ തമാശ പറയൂ.

ഒരു കഥ പങ്കുവെക്കൂ.

ക്രമേണ നിങ്ങൾ ഇംഗ്ലീഷ് സംസാരിക്കുക മാത്രമല്ല–

ആത്മവിശ്വാസത്തോടെ ഇംഗ്ലീഷിൽ ജീവിക്കാനും തുടങ്ങും.

അധ്യായം 12

സാധാരണ വെല്ലുവിളികളെ അതിജീവിക്കാം

ആമുഖം

ഓരോ ഭാഷാ പഠിതാവും ചില വെല്ലുവിളികൾ നേരിടുന്നു. എന്നാൽ ലോകമെമ്പാടുമുള്ള ഇംഗ്ലീഷ് പഠിതാക്കൾ നേരിടുന്ന ചില പൊതുവായ പ്രശ്നങ്ങളുണ്ട്.

ഈ വെല്ലുവിളികൾ ബുദ്ധിക്കുറവോ പരിശ്രമക്കുറവോ മൂലമല്ല ഉണ്ടാകുന്നത്.

മറിച്ച്,

- ചില ശീലങ്ങൾ
- ചില ഭയങ്ങൾ
- ചുറ്റുപാടുകളുടെ സ്വാധീനം

എന്നിവയാണ് പലപ്പോഴും കാരണം.

സന്തോഷകരമായ കാര്യം എന്തെന്നാൽ,

ശരിയായ പരിശീലനത്തിലൂടെ ഇവയെല്ലാം മറികടക്കാൻ കഴിയും.

ഈ അധ്യായത്തിൽ നാം ഫ്ലുവൻസിക്ക് തടസ്സമാകുന്ന മൂന്ന് പ്രധാന വെല്ലുവിളികളെക്കുറിച്ച് പഠിക്കും.

1. വ്യാകരണ ആശയക്കുഴപ്പം
2. സംസാരിക്കുന്നതിന് മുമ്പുള്ള അമിത ചിന്ത
3. മാതൃഭാഷയുടെ സ്വാധീനവും ഉച്ചാരണ പ്രശ്നങ്ങളും

ഈ അധ്യായത്തിന്റെ അവസാനം നിങ്ങൾ മനസ്സിലാക്കും:

ഇവ സ്ഥിരമായ തടസ്സങ്ങളല്ല.

താൽക്കാലികമായ റോഡിലെ കുഴികളാണ്.

അവ മറികടക്കാനുള്ള ശക്തി നിങ്ങളിലുണ്ട്.

വ്യാകരണ ആശയക്കുഴപ്പം എളുപ്പമാക്കാം

വ്യാകരണം ഏതൊരു ഭാഷയുടെയും നട്ടെല്ലാണ്.

പക്ഷേ വ്യാകരണത്തിൽ അമിതമായി ശ്രദ്ധ കേന്ദ്രീകരിക്കുന്നത് പലപ്പോഴും സംസാരത്തെ തടയുന്നു.

പല വിദ്യാർത്ഥികളും വർഷങ്ങളോളം വ്യാകരണം പഠിക്കുന്നു.

എന്നാൽ യഥാർത്ഥ ജീവിതത്തിൽ ആത്മവിശ്വാസത്തോടെ ഒരു വാക്യം പോലും പറയാൻ കഴിയുന്നില്ല.

എന്തുകൊണ്ട്?

കാരണം അവർ പൂർണത തേടുന്നു.

വ്യാകരണം ഒരു സഹായിയായി മാറേണ്ടതിനുപകരം ഒരു തടവറയായി മാറുന്നു.

വ്യാകരണത്തെക്കുറിച്ചുള്ള സത്യം

അടിസ്ഥാന വ്യാകരണം ആവശ്യമാണ്

അതില്ലെങ്കിൽ വാക്യങ്ങൾ വ്യക്തമായിരിക്കില്ല.

പൂർണ വ്യാകരണം ആവശ്യമില്ല

സ്വദേശികളായ ഇംഗ്ലീഷ് സംസാരിക്കുന്നവരും പലപ്പോഴും വ്യാകരണനിയമങ്ങൾ ലംഘിക്കാറുണ്ട്.

ആശയവിനിമയമാണ് ലക്ഷ്യം

ആളുകൾക്ക് നിങ്ങളെ മനസ്സിലാകുന്നുണ്ടെങ്കിൽ ചെറിയ തെറ്റുകൾ പ്രശ്നമല്ല.

സാധാരണ വ്യാകരണ ആശയക്കുഴപ്പങ്ങൾ

1. കാലങ്ങൾ (Tenses)

പല പഠിതാക്കളും ഭൂതകാലം, വർത്തമാനകാലം, ഭാവി കാലം എന്നിവ കൂട്ടിക്കുഴയ്ക്കുന്നു.

തെറ്റ്

Yesterday I go to market.

ശരി

Yesterday I went to the market.

നിർദ്ദേശം

ഇവ ശ്രദ്ധിക്കുക:

- Yesterday
- Today
- Now
- Tomorrow

ഇവയാണ് ശരിയായ കാലം തിരഞ്ഞെടുക്കാൻ സഹായിക്കുന്നത്.

2. Articles (a, an, the)

തെറ്റ്

She is teacher.

ശരി

She is a teacher.

തെറ്റ്

I saw elephant.

ശരി

I saw an elephant.

നിയമം

- a → വ്യഞ്ജനശബ്ദം
- an → സ്വരശബ്ദം
- the → പ്രത്യേകമായ ഒന്നിനെ സൂചിപ്പിക്കാൻ

3. Subject - Verb Agreement

തെറ്റ്

He go to school.

ശരി

He goes to school.

നിയമം

He, She, It എന്നിവയ്ക്ക് ശേഷം സാധാരണയായി ക്രിയയ്ക്ക് "s" ചേർക്കുന്നു.

4. Prepositions

തെറ്റ്

She is married with him.

ശരി

She is married to him.

Prepositions നിയമങ്ങളായി പഠിക്കുന്നതിനേക്കാൾ വാക്യ ഭാഗങ്ങളായി പഠിക്കുന്നതാണ് നല്ലത്.

വ്യാകരണം ലളിതമാക്കാം

നിയമങ്ങൾ പഠിക്കുന്നതിനുപകരം മാതൃകകൾ പഠിക്കുക

ഉദാഹരണം:

- I am going.
- She is reading.
- They are playing.

തയ്യാറായ വാക്യഘടനകൾ പഠിക്കുക

Can I + Verb?

Can I help you?

Can I sit here?

I want to + Verb

I want to eat.

I want to learn English.

സംസാരിക്കുമ്പോൾ പൂർണത ലക്ഷ്യമാക്കരുത്.

സ്വാഭാവികത ലക്ഷ്യമാക്കുക.

സംസാരിക്കുന്നതിന് മുമ്പ് അമിതമായി ചിന്തിക്കുന്നത്

ഇത് ഇംഗ്ലീഷ് പഠിതാക്കൾ നേരിടുന്ന ഏറ്റവും വലിയ പ്രശ്നങ്ങളിലൊന്നാണ്.

വാക്കുകൾ അറിയാം.

അർത്ഥം അറിയാം.

എന്നാൽ സംസാരിക്കേണ്ട സമയത്ത് തലച്ചോർ നിശ്ചല മാകുന്നു.

എന്തുകൊണ്ടാണ് അമിതമായി ചിന്തിക്കുന്നത്?

1. മാതൃഭാഷയിൽ നിന്ന് വിവർത്തനം ചെയ്യുന്നു
2. തെറ്റുകളെ ഭയക്കുന്നു
3. യഥാർത്ഥ സംഭാഷണപരിശീലനം കുറവാണ്
4. ലളിതമായ വാക്കുകൾക്കു പകരം "പർഫെക്റ്റ്" വാക്കുകൾ തേടുന്നു

അമിതചിന്ത നിർത്തി സംസാരിക്കാൻ തുടങ്ങാം

1. വിവർത്തനം ചെയ്യാതെ ഇംഗ്ലീഷിൽ ചിന്തിക്കുക

തെറ്റ്:

മലയാളം → ഇംഗ്ലീഷ്

ശരി:

കാണുക → ഇംഗ്ലീഷിൽ ചിന്തിക്കുക

ഉദാഹരണം:

ഭക്ഷണം കാണുമ്പോൾ

"I am eating rice."

എന്ന് നേരിട്ട് ചിന്തിക്കുക.

2. ലളിതമായ വാക്യങ്ങൾ ഉപയോഗിക്കുക

ബുദ്ധിമുട്ടുള്ള വാക്യം

I am exhausted after a long and tiresome day.

ലളിതം

I am very tired today.

3. വേഗചിന്താ പരിശീലനം
ഒരു മിനിറ്റ് പ്രസംഗം

ഒരു വിഷയം തിരഞ്ഞെടുക്കുക.

ഒരു മിനിറ്റ് നിർത്താതെ സംസാരിക്കുക.

Word Chain

Food

↓

I like food.

↓

Food makes me happy.

↓

I want to eat pizza.

4. നിശ്ശബ്ദതയെ ഭയക്കരുത്

ഒരു വാക്ക് മറന്നാൽ മറ്റൊരു വാക്ക് ഉപയോഗിക്കുക.

ഉദാഹരണം

I saw a...

a...

big animal with a long nose...

പിന്നീട്:

I saw an elephant.

സംഭാഷണ ഉദാഹരണം

മടിയുള്ള പ്രതികരണം

A:

What did you do yesterday?

B:

Uh...

I...

market...

shopping...

മെച്ചപ്പെട്ട പ്രതികരണം

A:

What did you do yesterday?

B:

I went to the market yesterday.

I did some shopping.

വ്യാകരണം പൂർണമല്ലെങ്കിലും ആശയം വ്യക്തമാണ്.

അതാണ് പ്രധാനപ്പെട്ടത്.

മാതൃഭാഷയുടെ സ്വാധീനവും ഉച്ചാരണവും

ഓരോ പഠിതാവും സ്വന്തം മാതൃഭാഷയുടെ ചില ശീലങ്ങൾ ഇംഗ്ലീഷിലേക്ക് കൊണ്ടുവരുന്നു.

ഇത് സ്വാഭാവികമാണ്.

1. നേരിട്ടുള്ള വിവർത്തനം

മലയാള ശൈലി

Rice I ate.

ഇംഗ്ലീഷ് ശൈലി

I ate rice.

പരിഹാരം

Subject + Verb + Object

എന്ന ഇംഗ്ലീഷ് ക്രമം പരിശീലിക്കുക.

2. ഉച്ചാരണ സ്വാധീനം

പ്രാദേശിക ഉച്ചാരണം തെറ്റല്ല.

പ്രശ്നം ഉണ്ടാകുന്നത് വ്യക്തത നഷ്ടപ്പെടുമ്പോഴാണ്.

ഉദാഹരണം

Very

ചിലർ

Wery

എന്ന് പറയുന്നു.

ഉദാഹരണം

Think

ചിലർ

Tink

എന്ന് പറയുന്നു.

ബ്രിട്ടീഷ് അല്ലെങ്കിൽ അമേരിക്കൻ ആക്സെന്റ് അനുകരിക്കാൻ ശ്രമിക്കേണ്ടതില്ല.

വ്യക്തതയിൽ ശ്രദ്ധ കേന്ദ്രീകരിക്കുക.

3. ഇന്ത്യയിലെ സാധാരണ പ്രശ്നങ്ങൾ

ഭാഷകൾ കലർത്തൽ

I will come, da.

Stress Pattern പാലിക്കാത്തത്

Comfortable

പലരും

COM-for-ta-ble

എന്ന് പറയുന്നു.

യഥാർത്ഥ ഉച്ചാരണം:

KUMF-tuh-bul

പരിഹാരം

- കൂടുതൽ കേൾക്കുക
- സ്വാഭാവിക റിതം അനുകരിക്കുക
- Tongue Twisters പരിശീലിക്കുക

വെല്ലുവിളികളെ മറികടക്കാനുള്ള പരിശീലനങ്ങൾ

അഭ്യാസം 1 - Grammar in Action

ഒരു Tense തിരഞ്ഞെടുക്കുക.

അഞ്ച് വാക്യങ്ങൾ നിർമ്മിക്കുക.

Present

I eat rice.

She eats rice.

They eat rice.

Past

I ate rice.

She ate rice.

They ate rice.

Future

I will eat rice.

She will eat rice.

They will eat rice.

അഭ്യാസം 2 - One Minute Talk

ഒരു വിഷയം തിരഞ്ഞെടുക്കുക.

ഒരു മിനിറ്റ് നിർത്താതെ സംസാരിക്കുക.

അഭ്യാസം 3 - Shadowing

ഒരു Podcast അല്ലെങ്കിൽ സിനിമാ സംഭാഷണം കേൾക്കുക.

അതേ രീതിയിൽ ആവർത്തിക്കുക.

അഭ്യാസം 4 - വിവർത്തനമില്ലാത്ത റോൾ-പ്ലേ

- ഷോപ്പിംഗ്
- യാത്ര
- ഓഫീസ്

ഇവയിൽ ഏതെങ്കിലും ഒരു സാഹചര്യം സങ്കൽപ്പിക്കുക.

ഇംഗ്ലീഷ് മാത്രം ഉപയോഗിക്കുക.

അഭ്യാസം 5 - Tongue Twisters

- She sells seashells by the seashore.
- Thirty thirsty thieves threw thick things.

എന്റെ സ്വന്തം അനുഭവം

വ്യോമസേനയിൽ ഇംഗ്ലീഷ് പഠിക്കാൻ തുടങ്ങിയപ്പോൾ ഈ മൂന്ന് പ്രശ്നങ്ങളും എനിക്കുണ്ടായിരുന്നു.

- വ്യാകരണ ആശയക്കുഴപ്പം
- അമിതചിന്ത
- മലയാള ഉച്ചാരണത്തിന്റെ സ്വാധീനം

ഞാൻ പലപ്പോഴും ശരിയായ വാക്ക് തേടി വാക്യത്തിന്റെ നടുവിൽ നിർത്തുമായിരുന്നു.

പക്ഷേ ഞാൻ പരിശീലനം തുടർന്നു.

തെറ്റുകൾ ചെയ്യാൻ ഞാൻ എന്നെത്തന്നെ അനുവദിച്ചു.

പരേഡ് ഗ്രൗണ്ടിൽ ഉറക്കെ സംസാരിക്കാൻ തുടങ്ങി.

വിവർത്തനം ചെയ്യാതെ ഇംഗ്ലീഷിൽ ചിന്തിക്കാൻ ശ്രമിച്ചു.

സഹപ്രവർത്തകരുടെ സംസാരശൈലി ശ്രദ്ധിച്ചു.

അവരുടെ റിതം അനുകരിച്ചു.

ക്രമേണ:

- വ്യാകരണം സ്വാഭാവികമായി.
- മടി കുറഞ്ഞു.
- ഉച്ചാരണം മെച്ചപ്പെട്ടു.

ഇന്ന് തിരിഞ്ഞുനോക്കുമ്പോൾ ആ വെല്ലുവിളികൾ ദൗർബല്യങ്ങളായിരുന്നില്ല.

അവ വിജയത്തിലേക്കുള്ള പടവുകളായിരുന്നു.

20 മിനിറ്റിന്റെ ദൈനംദിന പരിശീലനം

5 മിനിറ്റ്

ഒരു Tense ഉപയോഗിച്ച് വാക്യങ്ങൾ നിർമ്മിക്കുക.

5 മിനിറ്റ്

One Minute Talk.

5 മിനിറ്റ്

ഒരു Podcast കേട്ട് Shadowing ചെയ്യുക.

5 മിനിറ്റ്

മാതൃഭാഷ ഉപയോഗിക്കാതെ മൂന്ന് ഇംഗ്ലീഷ് വാക്യങ്ങൾ എഴുതുക.

ഈ പരിശീലനം മൂന്ന് മാസം തുടർച്ചയായി ചെയ്താൽ അത്ഭുതകരമായ മാറ്റം കാണാം.

ഉപസംഹാരം

വ്യാകരണ ആശയക്കുഴപ്പം, മടി, മാതൃഭാഷയുടെ സ്വാധീനം എന്നിവ എല്ലാ പഠിതാക്കളും നേരിടുന്ന സാധാരണ വെല്ലുവിളികളാണ്.

പക്ഷേ അവ നിങ്ങളെ തടയാൻ അനുവദിക്കരുത്.

ഓർക്കുക:

- വ്യാകരണം ഒരു വഴികാട്ടിയാണ്, ജയിലല്ല.
- അമിതചിന്ത ഫ്ലുവൻസിയെ നശിപ്പിക്കുന്നു.
- ആദ്യം സംസാരിക്കുക, പിന്നീട് തിരുത്തുക.
- ആക്സെന്റ് വിദേശിയെപ്പോലെ ശബ്ദിക്കാൻ വേണ്ടിയല്ല, വ്യക്തമായി സംസാരിക്കാനാണ്.

നിങ്ങളുടെ ലക്ഷ്യം ഒരു പാഠപുസ്തകത്തെപ്പോലെയോ ഹോളിവുഡ് നടനെപ്പോലെയോ സംസാരിക്കലല്ല.

വ്യക്തമായും ആത്മവിശ്വാസത്തോടെയും സ്വാഭാവികമായും ആശയവിനിമയം നടത്തുകയാണ്.

പരിശീലനവും സ്ഥിരോത്സാഹവും തുടരുകയാണെങ്കിൽ ഈ വെല്ലുവിളികൾ ക്രമേണ അപ്രത്യക്ഷമാകും.

ഫ്ലൂവൻസി നിങ്ങളുടെ ശീലമായി മാറും.

അതുകൊണ്ട് വെല്ലുവിളികളോട് പോരാടരുത്.

അവയെ നേരിടുക.

ദിവസേന പരിശീലിക്കുക.

അവയെ നിങ്ങളുടെ ശക്തിയാക്കി മാറ്റുക.

ഭാഗം IV

മികവും വളർച്ചയും (Mastery and Growth)

അധ്യായം 13

ഇംഗ്ലീഷിൽ ചിന്തിക്കുന്ന കല

ഇംഗ്ലീഷിൽ പ്രാവീണ്യം നേടുക എന്നത് സംസാരിക്കാൻ പഠിക്കുന്നതിൽ മാത്രം ഒതുങ്ങുന്നില്ല. യഥാർത്ഥ ഫ്ലുവൻസി തുടങ്ങുന്നത് **ഇംഗ്ലീഷിൽ ചിന്തിക്കാൻ കഴിയുമ്പോഴാണ്**.

പല പഠിതാക്കൾക്കും നല്ല പദസമ്പത്തും വ്യാകരണ ജ്ഞാനവും സംസാരപരിശീലനവും ഉണ്ടാകും. എന്നിരുന്നാലും അവർ സംസാരിക്കുമ്പോൾ മടിക്കുന്നു. എന്തു കൊണ്ട്?

കാരണം അവർ ആദ്യം അവരുടെ മാതൃഭാഷയിൽ ഒരു വാക്യം രൂപപ്പെടുത്തുന്നു. തുടർന്ന് അത് ഇംഗ്ലീഷിലേക്ക് വിവർത്തനം ചെയ്യുന്നു. അങ്ങനെ ചെയ്യുമ്പോഴേക്കും സംസാരിക്കാനുള്ള അവസരം പലപ്പോഴും നഷ്ടമാകുന്നു.

സത്യം വളരെ ലളിതമാണ്:

ഫ്ലുവൻസി തുടങ്ങുന്നത് മനസ്സിലാണ്.

നിങ്ങൾക്ക് ഇംഗ്ലീഷ് സ്വാഭാവികമായി സംസാരിക്കണമെങ്കിൽ, നിങ്ങളുടെ മസ്തിഷ്കത്തെ ഇംഗ്ലീഷിൽ ചിന്തിക്കാൻ പരിശീലിപ്പിക്കണം.

ഈ അധ്യായത്തിൽ നാം പഠിക്കുന്നത്:

- ചിന്തകളെ ഇംഗ്ലീഷിലേക്ക് മാറ്റുന്ന രീതികൾ
- വേഗത്തിൽ ചിന്തിക്കാനുള്ള പരിശീലനങ്ങൾ
- വിവർത്തനശീലം എങ്ങനെ ഒഴിവാക്കാം

എന്തുകൊണ്ട് ഇംഗ്ലീഷിൽ ചിന്തിക്കണം?

1. **സംഭാഷണത്തിലെ വേഗത**

മാതൃഭാഷയിൽ നിന്ന് ഓരോ വാക്കും ഇംഗ്ലീഷിലേക്ക് വിവർത്തനം ചെയ്താൽ സംസാരവേഗം കുറയും.

നേരിട്ട് ഇംഗ്ലീഷിൽ ചിന്തിക്കുമ്പോൾ ഈ താമസം ഇല്ലാതാകും.

2. **ആത്മവിശ്വാസം വർധിക്കുന്നു**

ചിന്തകൾ ഇംഗ്ലീഷിൽ വരുമ്പോൾ വ്യാകരണത്തെക്കുറിച്ചോ ശരിയായ വാക്കുകളെക്കുറിച്ചോ അധികം വിഷമിക്കേണ്ടതില്ല.

സ്വാഭാവികമായി സംസാരിക്കാൻ കഴിയും

3. **മികച്ച പദപ്രയോഗം**

വിവർത്തനം ചെയ്യുമ്പോൾ നാം പലപ്പോഴും ലളിതമായ വാക്കുകളിൽ ഒതുങ്ങുന്നു.

എന്നാൽ ഇംഗ്ലീഷിൽ ചിന്തിക്കുമ്പോൾ സ്വാഭാവികമായ വാക്യങ്ങളും പ്രയോഗങ്ങളും എളുപ്പത്തിൽ ഓർമ്മ വരും.

4. യഥാർത്ഥ ഫ്ലുവൻസി

നിങ്ങൾ വിവർത്തനം ചെയ്യുന്നത് നിർത്തി നേരിട്ട് ഇംഗ്ലീഷിൽ ചിന്തിക്കാൻ തുടങ്ങുന്ന ദിവസം മുതൽ നിങ്ങൾക്ക് യഥാർത്ഥ ഫ്ലുവൻസി അനുഭവപ്പെടും.

വ്യാകരണം പൂർണ്ണമല്ലെങ്കിലും അത് സാധ്യമാണ്.

ഫ്ലുവൻസിക്കായി തലച്ചോറിനെ പരിശീലിപ്പിക്കുക

മസ്തിഷ്കം ഒരു പേശിയെപ്പോലെയാണ്.

അത് പരിശീലിപ്പിക്കാം.

ആദ്യം ബുദ്ധിമുട്ടായി തോന്നും, കാരണം വർഷങ്ങളായി അത് മാതൃഭാഷയിൽ ചിന്തിക്കാൻ ശീലിച്ചിരിക്കുന്നു.

എന്നാൽ സ്ഥിരമായ പരിശീലനത്തിലൂടെ പുതിയ ശീലങ്ങൾ സൃഷ്ടിക്കാം.

ഘട്ടം 1: ചെറിയതിൽ നിന്ന് തുടങ്ങുക

ആദ്യം വലിയ വാക്യങ്ങൾ നിർമ്മിക്കാൻ ശ്രമിക്കരുത്.

ഒറ്റവാക്കുകളിൽ നിന്ന് തുടങ്ങുക.

ഉദാഹരണം:

ഭക്ഷണം കാണുമ്പോൾ:

- Rice
- Bread
- Curry

ഒരു വ്യക്തിയെ കാണുമ്പോൾ:

- Man
- Woman
- Child

ഒരു പ്രവർത്തി കാണുമ്പോൾ:

- Run
- Eat
- Sleep

ഘട്ടം 2: ലളിതമായ വാക്യങ്ങളിലേക്ക് നീങ്ങുക

- I am eating rice.
- She is walking fast.
- The dog is barking.

ഘട്ടം 3: ചുറ്റുപാടുകൾ വിവരിക്കുക

നിങ്ങൾ എവിടെയായാലും അവിടെയുള്ള കാര്യങ്ങൾ ഇംഗ്ലീഷിൽ മനസ്സിൽ പറയുക.

ഉദാഹരണം:

- The fan is on.
- The window is open.
- I am sitting on a chair.

ഘട്ടം 4: മനസ്സിനുള്ളിലെ സംഭാഷണം

നിങ്ങളുടെ ദിവസത്തെ കാര്യങ്ങൾ മനസ്സിൽ ഇംഗ്ലീഷിൽ സംസാരിക്കുക.

ഉദാഹരണം:

മലയാളത്തിൽ:

"ഞാൻ ഇന്ന് മാർക്കറ്റിൽ പോകും."

ഇംഗ്ലീഷിൽ:

"I will go to the market today."

ഘട്ടം 5: സ്ഥിരത പാലിക്കുക

ദിവസവും അഞ്ച് മിനിറ്റ് പോലും ഇംഗ്ലീഷിൽ ചിന്തിച്ചാൽ മതി.

ക്രമേണ നിങ്ങളുടെ തലച്ചോർ പുതിയ ശീലങ്ങൾ സ്വീകരിക്കും.

വേഗത്തിൽ ചിന്തിക്കാനുള്ള പരിശീലനങ്ങൾ

അഭ്യാസം 1: ഒരു മിനിറ്റ് പ്രസംഗം

ഒരു വിഷയം തിരഞ്ഞെടുക്കുക.

ഉദാഹരണം:

- എന്റെ കുടുംബം
- എന്റെ പ്രിയപ്പെട്ട സിനിമ
- ഇന്നത്തെ ദിവസം

ഒരു മിനിറ്റ് നിർത്താതെ ഇംഗ്ലീഷിൽ സംസാരിക്കുക.

വ്യാകരണ തെറ്റുകളെക്കുറിച്ച് ചിന്തിക്കേണ്ട.

പിന്നീട് ഇത് മൂന്ന് മിനിറ്റിലേക്കും അഞ്ച് മിനിറ്റിലേക്കും വർധിപ്പിക്കുക.

അഭ്യാസം 2: Word Association Game

ഒരു വാക്ക് തിരഞ്ഞെടുക്കുക.

ഉദാഹരണം:

School

തുടർന്ന് ബന്ധപ്പെട്ട വാക്കുകൾ പറയുക.

- Teacher
- Classroom
- Exam
- Homework
- Friends

ഇത് ഇംഗ്ലീഷിൽ ചിന്തിക്കാൻ സഹായിക്കുന്നു.

അഭ്യാസം 3: ചോദ്യം - ഉത്തരം

സ്വയം ചോദ്യങ്ങൾ ചോദിക്കുക.

അതിനുത്തരം ഇംഗ്ലീഷിൽ പറയുക.

ഉദാഹരണം:

What is your name?

My name is Ramesh.

Where are you going?

I am going to the market.

What did you eat yesterday?

I ate dosa and chutney.

അഭ്യാസം 4: അഞ്ച് വാക്യങ്ങളുള്ള കഥ

അഞ്ച് വാക്യങ്ങളിൽ ഒരു കഥ പറയുക.

ഉദാഹരണം:

- Yesterday I went to the park.
- I met my friend there.
- We played cricket.
- It started raining.
- We went home wet but happy.

അഭ്യാസം 5: Shadowing

ഒരു ഇംഗ്ലീഷ് വീഡിയോയോ ഓഡിയോയോ കേൾക്കുക.

സംസാരിക്കുന്ന വ്യക്തിയുടെ പിന്നാലെ ഉടൻ ആവർത്തിക്കുക.

അവരുടെ:

- വേഗത
- ശബ്ദഭാവം
- റിതം

എല്ലാം അനുകരിക്കുക.

അഭ്യാസം 6: Fast Substitution

ഒരു വാക്യം എടുത്ത് ഓരോ തവണയും ഒരു വാക്ക് മാറ്റുക.

- I like coffee.
- I like tea.
- I like milk.
- I like mangoes.

ഇത് വേഗത്തിലുള്ള ചിന്താശേഷി വർധിപ്പിക്കും.

വിവർത്തനശീലം എങ്ങനെ ഒഴിവാക്കാം?

1. ഇംഗ്ലീഷിലൂടെ ഇംഗ്ലീഷ് പഠിക്കുക

"Apple" എന്ന വാക്ക് പഠിക്കുമ്പോൾ അത് മലയാളത്തിലേക്ക് വിവർത്തനം ചെയ്യരുത്.

ആപ്പിളിന്റെ ചിത്രം മനസ്സിൽ കാണുക.

അർത്ഥം നേരിട്ട് ഇംഗ്ലീഷുമായി ബന്ധിപ്പിക്കുക.

2. ഇംഗ്ലീഷിൽ സ്വയം മുഴുകുക

- ഇംഗ്ലീഷ് ഗാനങ്ങൾ കേൾക്കുക
- സിനിമകൾ കാണുക
- കഥകൾ വായിക്കുക

നിങ്ങളുടെ മസ്തിഷ്കം കൂടുതൽ ഇംഗ്ലീഷ് കേൾക്കുമ്പോൾ അത് സ്വാഭാവികമായി ഇംഗ്ലീഷിൽ ചിന്തിക്കാൻ തുടങ്ങും.

3. പൂർണ്ണമായ വാക്കുകൾക്കായി കാത്തിരിക്കരുത്

കൃത്യമായ വാക്ക് ഓർമ്മ വരുന്നില്ലെങ്കിൽ ലളിതമായ വാക്ക് ഉപയോഗിക്കുക.

ഉദാഹരണം:

"I went to the ophthalmologist."

എന്ന് പറയാൻ കഴിയുന്നില്ലെങ്കിൽ,

"I went to the eye doctor."

എന്ന് പറയുക.

4. വാക്യശകലങ്ങൾ പഠിക്കുക

തയ്യാറായ വാക്യങ്ങൾ മനസ്സിൽ സൂക്ഷിക്കുക.

- How are you?
- I don't know.
- Can you help me?
- I am hungry.

ഇവ വിവർത്തനത്തിന്റെ ആവശ്യം കുറയ്ക്കും.

5. Visual Thinking പരിശീലിക്കുക

ഒരു കസേര കാണുമ്പോൾ:

"കസേര"

എന്ന് ചിന്തിക്കാതെ,

"Chair"

എന്ന് നേരിട്ട് ചിന്തിക്കുക.

യഥാർത്ഥ ജീവിത അനുഭവം

വ്യോമസേനയിൽ സേവനമനുഷ്ഠിച്ചിരുന്ന കാലത്ത് എന്റെ ഏറ്റവും വലിയ പ്രശ്നം പദസമ്പത്തല്ലായിരുന്നു.

അത് വിവർത്തനമായിരുന്നു.

എനിക്ക് പറയേണ്ടത് അറിയാമായിരുന്നു.

പക്ഷേ എന്റെ തലച്ചോർ ആദ്യം മലയാളത്തിൽ വാക്യം നിർമ്മിക്കുമായിരുന്നു.

പിന്നീട് ഇംഗ്ലീഷിലേക്ക് വിവർത്തനം ചെയ്യുമായിരുന്നു.

അപ്പോഴേക്കും സംഭാഷണം മുന്നോട്ട് പോയിരിക്കും.

അതിനാൽ ഞാൻ ഒരു പുതിയ രീതി സ്വീകരിച്ചു.

ദൈനംദിന പ്രവർത്തനങ്ങൾ ചെയ്യുമ്പോൾ ഞാൻ മനസ്സിൽ ഇംഗ്ലീഷിൽ പറയാൻ തുടങ്ങി.

- I am wearing my shoes.
- I am walking to the ground.
- I am talking to my friend.

പരേഡ് ഗ്രൗണ്ടിൽ ഞാൻ സ്വയം ഇംഗ്ലീഷിൽ ഉറക്കെ സംസാരിക്കുമായിരുന്നു.

ക്രമേണ മലയാളം ഇടനിലക്കാരനാകുന്നത് അവസാനിച്ചു.

അതാണ് എന്റെ ഫ്ലുവൻസി യാത്രയിലെ ഏറ്റവും വലിയ വഴിത്തിരിവ്.

ഇംഗ്ലീഷിൽ ചിന്തിക്കാൻ 20 മിനിറ്റിന്റെ ദൈനംദിന പരിശീലനം

5 മിനിറ്റ്

ചുറ്റുമുള്ള വസ്തുക്കളെ ഇംഗ്ലീഷിൽ വിവരിക്കുക.

5 മിനിറ്റ്

ഒരു മിനിറ്റ് പ്രസംഗം.

5 മിനിറ്റ്

Shadowing പരിശീലനം.

5 മിനിറ്റ്

ദിവസത്തെക്കുറിച്ച് അഞ്ച് ഇംഗ്ലീഷ് വാക്യങ്ങൾ എഴുതുകയും ഉറക്കെ വായിക്കുകയും ചെയ്യുക.

ഉപസംഹാരം

ഫ്ലുവൻസിയുടെ രഹസ്യം വളരെ ലളിതമാണ്.

നിങ്ങൾ ചിന്തിക്കുന്നത് സംസാരിക്കുക. നിങ്ങൾ സംസാ രിക്കുന്ന ഭാഷയിൽ ചിന്തിക്കുക.

നിങ്ങളുടെ മനസ്സ് മാതൃഭാഷയിൽ ചിന്തിച്ചാൽ ഇംഗ്ലീഷ് എപ്പോഴും മന്ദഗതിയിലായിരിക്കും.

പക്ഷേ നിങ്ങൾ ഇംഗ്ലീഷിൽ ചിന്തിക്കാൻ പരിശീലിച്ചാൽ:

- വാക്കുകൾ സ്വാഭാവികമായി ഒഴുകും.
- വാക്യങ്ങൾ വേഗത്തിൽ രൂപപ്പെടും.
- ആത്മവിശ്വാസം വർധിക്കും.

ഓർക്കുക:

- ചെറിയ വാക്കുകളിൽ നിന്ന് തുടങ്ങുക.
- ദിവസവും വേഗചിന്താ പരിശീലനങ്ങൾ ചെയ്യുക.
- വിവർത്തനം കുറയ്ക്കുക.
- ഇംഗ്ലീഷിനെ നേരിട്ട് സ്വീകരിക്കുക.

ഇംഗ്ലീഷിൽ ചിന്തിക്കുന്നത് ഒരു ഭാഷാ കഴിവ് മാത്രമല്ല.

അത് ഒരു മനോഭാവമാണ്.

നിങ്ങൾ ഈ കലയിൽ പ്രാവീണ്യം നേടിയാൽ ഇംഗ്ലീഷ് ഇനി ഒരു വിദേശഭാഷയായി തോന്നില്ല.

അത് നിങ്ങളുടെ ജീവിതത്തിന്റെ ഭാഗമാകും.

അപ്പോൾ ഫ്ലുവൻസി ജീവിതകാലം മുഴുവൻ നിങ്ങളോടൊപ്പമുണ്ടാകും.

അതിനാൽ ഇന്നുമുതൽ ഇംഗ്ലീഷ് സംസാരിക്കുക മാത്രമല്ല–

ഇംഗ്ലീഷിൽ ചിന്തിക്കുക. ഇംഗ്ലീഷിൽ ജീവിക്കുക. ഇംഗ്ലീഷിനെ നിങ്ങളുടെ ജീവിതത്തിന്റെ ഭാഗമാക്കുക.

അധ്യായം 14

പരിശീലനമാണ് സ്ഥിരതയുടെ രഹസ്യം

ഒരു പ്രസിദ്ധമായ ചൊല്ലുണ്ട്:

"Practice Makes Perfect"

എന്നാൽ ഭാഷാ പഠനത്തിൽ ലക്ഷ്യം പൂർണതയല്ല.

സ്ഥിരതയാണ്.

നിങ്ങൾ എത്ര കൂടുതൽ പരിശീലിക്കുന്നുവോ അത്രയും നിങ്ങളുടെ കഴിവുകൾ ജീവിതകാലം മുഴുവൻ നിങ്ങളോടൊപ്പം നിലനിൽക്കും.

ഒരു വിദ്യാർത്ഥി ക്ലാസ് മുറിയിൽ ഇംഗ്ലീഷ് പഠിച്ചേക്കാം. വ്യാകരണ നിയമങ്ങൾ മനഃപാഠമാക്കിയേക്കാം. പരീക്ഷകളിൽ മികച്ച മാർക്ക് നേടിയേക്കാം.

എന്നാൽ സ്ഥിരമായ പരിശീലനം ഇല്ലെങ്കിൽ ഫ്ലുവൻസി ക്രമേണ നഷ്ടപ്പെടും.

ഫ്ലുവൻസി ഒരു ദിവസംകൊണ്ട് ഉണ്ടാകുന്നതല്ല.

ദിവസേനയുള്ള ചെറിയ ചെറിയ പരിശ്രമങ്ങളിലൂടെയാണ് അത് വളരുന്നത്.

ശാരീരിക വ്യായാമം പേശികളെ ശക്തിപ്പെടുത്തുന്നതുപോലെ, പരിശീലനം നിങ്ങളുടെ ഇംഗ്ലീഷ് സംസാരശേഷിയെ ശക്തിപ്പെടുത്തുന്നു.

ഈ അധ്യായത്തിൽ നാം പഠിക്കുന്നത്:

1. ദൈനംദിന സംസാരശീലങ്ങൾ എങ്ങനെ രൂപപ്പെടുത്താം

2. പരിശീലന പങ്കാളികളെ എങ്ങനെ കണ്ടെത്താം
3. സാങ്കേതികവിദ്യയും ആപ്പുകളും എങ്ങനെ ഫലപ്രദമായി ഉപയോഗിക്കാം

പരിശീലനത്തെ നിങ്ങളുടെ ജീവിതശൈലിയുടെ ഭാഗമാക്കിയാൽ ഇംഗ്ലീഷ് ഒരു വിഷയം മാത്രമല്ലാതാകും.

അത് ഒരു ശീലമായി മാറും.

എന്തുകൊണ്ട് പരിശീലനം പ്രധാനമാണ്?

നിങ്ങൾ മാതൃഭാഷ പഠിച്ചതെങ്ങനെ എന്ന് ചിന്തിക്കുക.

വ്യാകരണ പുസ്തകങ്ങൾ മനഃപാഠമാക്കിയാണോ?

അല്ല.

നിങ്ങൾ ദിവസേന സംസാരിച്ചു.

- കേട്ടു
- അനുകരിച്ചു
- തെറ്റുകൾ വരുത്തി
- തിരുത്തി

അങ്ങനെ ക്രമേണ ഭാഷ പഠിച്ചു.

ഇംഗ്ലീഷിനും ഇതേ നിയമമാണ്.

പല പഠിതാക്കളും ഒരു വലിയ തെറ്റ് ചെയ്യുന്നു.

അവർ ഇംഗ്ലീഷ് പഠിക്കുന്നു, പക്ഷേ പരിശീലിക്കുന്നില്ല.

അവർ:

- പുസ്തകങ്ങൾ വായിക്കുന്നു
- ഉത്തരങ്ങൾ എഴുതുന്നു
- വാക്കുകൾ മനഃപാഠമാക്കുന്നു

പക്ഷേ ഉറക്കെ സംസാരിക്കുന്നില്ല.

ഫലം:

ഇംഗ്ലീഷ് മനസ്സിലാക്കാൻ കഴിയുന്നു.

പക്ഷേ ആത്മവിശ്വാസത്തോടെ സംസാരിക്കാൻ കഴിയുന്നില്ല.

സത്യം

സംസാരപരിശീലനം ഇല്ലാതെ ഫ്ലുവൻസി ഒരിക്കലും ഉണ്ടാകില്ല.

ദൈനംദിന സംസാരശീലങ്ങൾ

ഇംഗ്ലീഷിനെ സ്ഥിരമാക്കാനുള്ള ആദ്യപടി ഒരു ദൈനംദിന പരിശീലനക്രമം സൃഷ്ടിക്കുകയാണ്.

പല്ലുതേക്കുന്നതും ഭക്ഷണം കഴിക്കുന്നതും പോലെ ഇംഗ്ലീഷും നിങ്ങളുടെ ദിവസത്തിന്റെ ഭാഗമാകണം.

പ്രഭാത ശീലം

ഉണർന്ന ഉടൻ ഇംഗ്ലീഷിൽ ചിന്തിക്കുക.

ഉദാഹരണം:

"Good morning."

"Today I will have breakfast and then go to work."

ഒരു പ്രചോദനാത്മക ഉദ്ധരണിയോ ചെറിയ ലേഖനമോ ഉറക്കെ വായിക്കുക.

കണ്ണാടിക്ക് മുന്നിൽ ഒരു മിനിറ്റ് സംസാരിക്കുക.

ഉദാഹരണം:

"Today my plan is to finish my work and visit my friend."

പകൽ സമയ ശീലം

ജോലിയിലോ സ്കൂളിലോ കഴിയുന്നത്ര ഇംഗ്ലീഷ് ഉപയോഗിക്കുക.

ഉദാഹരണം:

- Good morning.
- Can I ask you something?
- I'll get back to you.

പുതിയ വാക്കുകൾ കുറിച്ചുവെക്കാൻ ഒരു ചെറിയ നോട്ട് ബുക്ക് കൈവശം വയ്ക്കുക.

അതേ ദിവസം തന്നെ അവ ഉപയോഗിക്കാൻ ശ്രമിക്കുക.

വൈകുന്നേര ശീലം

നിങ്ങളുടെ ദിവസത്തെക്കുറിച്ച് 5 മുതൽ 10 വരെ വാക്യങ്ങൾ എഴുതുക.

പിന്നീട് അവ ഉറക്കെ വായിക്കുക.

ഒരു ചെറിയ ഇംഗ്ലീഷ് വീഡിയോ കാണുക.

ഉദാഹരണം:

- TED Talk
- Podcast
- Movie Clip

അവയിലെ പ്രധാന വാക്യങ്ങൾ ആവർത്തിക്കുക.

രണ്ട് മുതൽ മൂന്ന് മിനിറ്റ് വരെ ഏതെങ്കിലും വിഷയത്തെക്കുറിച്ച് സംസാരിക്കുക.

ഉദാഹരണം:

- ഇന്നത്തെ ദിവസം
- ഇഷ്ടപ്പെട്ട ഭക്ഷണം
- നാളത്തെ പദ്ധതി

രാത്രി ശീലം

ഉറങ്ങുന്നതിന് മുമ്പ് കുറച്ച് മിനിറ്റ് ഇംഗ്ലീഷിൽ ചിന്തിക്കുക.

ഉദാഹരണം:

"I woke up at six."

"I went to the office."

"I met my friend."

"I had dinner."

ഇങ്ങനെ ചെയ്താൽ ഇംഗ്ലീഷ് പരിശീലനം സ്വാഭാവികമാകും.

പരിശീലന പങ്കാളികളെ കണ്ടെത്തുക

സ്വയം സംസാരിക്കുന്നത് നല്ലതാണ്.

എന്നാൽ മറ്റുള്ളവരുമായി സംസാരിക്കുന്നത് അതിലും ശക്തമാണ്.

സംഭാഷണ പങ്കാളികൾ നിങ്ങളെ സഹായിക്കുന്നത്:

- അഭിപ്രായങ്ങൾ നൽകാൻ
- പുതിയ വാക്കുകൾ പഠിപ്പിക്കാൻ
- ആത്മവിശ്വാസം വർധിപ്പിക്കാൻ

പങ്കാളികളെ എവിടെ കണ്ടെത്താം?

1. സുഹൃത്തുക്കളും കുടുംബാംഗങ്ങളും

ഒരു സുഹൃത്തിനെയോ സഹോദരനെയോ തിരഞ്ഞെടുക്കുക.

ഒരു നിയമം ഉണ്ടാക്കുക:

"കണ്ടുമുട്ടുമ്പോൾ ഇംഗ്ലീഷ് മാത്രം."

2. സഹപ്രവർത്തകരും സഹപാഠികളും

ഒരു ചെറിയ "English Only" ഗ്രൂപ്പ് രൂപീകരിക്കുക.

3. ഓൺലൈൻ സമൂഹങ്ങൾ

ഭാഷാ പരിശീലന ആപ്പുകൾ ഉപയോഗിക്കുക.

ഉദാഹരണം:

- Tandem
- HelloTalk

4. ഇംഗ്ലീഷ് ക്ലബ്ബുകൾ

സ്കൂളുകളിലും കോളേജുകളിലും ലൈബ്രറികളിലും ഇംഗ്ലീഷ് ക്ലബ്ബുകൾ ഉണ്ടാകാം.

ഇല്ലെങ്കിൽ നിങ്ങൾ തന്നെ തുടങ്ങുക.

പങ്കാളിയോടൊപ്പം പരിശീലിക്കുമ്പോൾ പാലിക്കേണ്ട നിയമങ്ങൾ

1. ആരെയും പരിഹസിക്കരുത്

തെറ്റുകൾ സംഭവിച്ചാൽ വിനയത്തോടെ തിരുത്തുക.

2. രണ്ടുപേർക്കും തുല്യ അവസരം

ഒരാൾ മാത്രം സംസാരിക്കരുത്.

3. വിഷയങ്ങൾ തിരഞ്ഞെടുക്കുക

ഉദാഹരണം:

- ഭക്ഷണം
- യാത്ര
- ഹോബികൾ

4. സംഭാഷണം റെക്കോർഡ് ചെയ്യുക

പിന്നീട് കേട്ട് മെച്ചപ്പെടുത്തേണ്ട ഭാഗങ്ങൾ കണ്ടെത്തുക.

5. ഓരോ ദിവസവും ഒരു പുതിയ വാക്ക് പങ്കിടുക

10 മിനിറ്റ് പരിശീലന മാതൃക

1 - 2 മിനിറ്റ്

പരസ്പരം അഭിവാദ്യം ചെയ്യുക.

3 - 5 മിനിറ്റ്

ഇന്നത്തെ കാര്യങ്ങൾ സംസാരിക്കുക.

6 - 8 മിനിറ്റ്

ഒരു വിഷയം ചർച്ച ചെയ്യുക.

ഉദാഹരണം:

"My Dream Job"

9 - 10 മിനിറ്റ്

തെറ്റുകൾ തിരുത്തുകയും പുതിയ വാക്കുകൾ പങ്കിടുകയും ചെയ്യുക.

ദിവസേന 10 മിനിറ്റ് പോലും വലിയ മാറ്റം ഉണ്ടാക്കും.

സാങ്കേതികവിദ്യയുടെ സഹായം

ഇന്ന് സാങ്കേതികവിദ്യ നിങ്ങളുടെ 24 മണിക്കൂർ അധ്യാപകനാണ്.

ക്ലാസ് മുറി ആവശ്യമില്ല.

നിങ്ങളുടെ മൊബൈൽ ഫോൺ തന്നെ ഒരു ഭാഷാ ലാബാണ്.

ഭാഷാ പഠന ആപ്പുകൾ

Duolingo

തുടക്കക്കാർക്ക് വളരെ നല്ലത്.

HelloTalk / Tandem

ലോകമെമ്പാടുമുള്ള ആളുകളുമായി സംസാരിക്കാൻ സഹായിക്കുന്നു.

Elsa Speak

ഉച്ചാരണം മെച്ചപ്പെടുത്താൻ സഹായിക്കുന്നു.

Podcasts & Audiobooks

യാത്ര ചെയ്യുമ്പോഴും നടക്കുമ്പോഴും കേൾക്കാം.

ഉദാഹരണം:

- BBC Learning English

- All Ears English
- The Daily

YouTube & സിനിമകൾ

സബ്ടൈറ്റിലുകളോടെ കാണുക.

ഒരു വരി കേട്ട ശേഷം നിർത്തി ആവർത്തിക്കുക.

Voice Assistants

Google Assistant, Siri, Alexa എന്നിവ ഇംഗ്ലീഷിൽ ഉപയോഗിക്കുക.

ഉദാഹരണം:

- What's the weather today?
- Set a reminder for 7 p.m.

സോഷ്യൽ മീഡിയ

- മൊബൈൽ ഫോൺ ഇംഗ്ലീഷിലേക്ക് മാറ്റുക.
- ഇംഗ്ലീഷ് പേജുകൾ പിന്തുടരുക.
- കമന്റുകൾ ഇംഗ്ലീഷിൽ എഴുതുക.

സ്ഥിരമായ പരിശീലനത്തിനുള്ള അഭ്യാസങ്ങൾ

1. Daily Word Journal

ദിവസേന 3 പുതിയ വാക്കുകൾ എഴുതുക.

ഉദാഹരണം:

Word: Grateful

Sentence:

I am grateful for my family.

2. Role Play

യഥാർത്ഥ ജീവിത സാഹചര്യങ്ങൾ അഭിനയിക്കുക.

- ഷോപ്പിംഗ്
- വിമാനത്താവളം
- ഓഫീസ്

3. 30-Day Speaking Challenge

ദിവസേന ഒരു വിഷയം.

Day 1 - Food

Day 2 - Travel

Day 3 - Hobbies

4. Mirror Talk

കണ്ണാടിക്ക് മുന്നിൽ 5 മിനിറ്റ് സംസാരിക്കുക.

5. സ്വന്തം ശബ്ദം റെക്കോർഡ് ചെയ്യുക

ഓരോ ആഴ്ചയും താരതമ്യം ചെയ്യുക.

സാധാരണ കാരണങ്ങൾ - അവയ്ക്കുള്ള മറുപടികൾ

"എനിക്ക് സമയം ഇല്ല."

പ്രതിദിനം 10 മിനിറ്റ് മതിയാകും.

"എനിക്ക് സംസാരിക്കാൻ ആരുമില്ല."

സ്വയം സംസാരിക്കുക.

ഓൺലൈൻ ഗ്രൂപ്പുകളിൽ ചേരുക.

"എനിക്ക് നാണമാണ്."

ഒറ്റയ്ക്ക് തുടങ്ങുക.

ആത്മവിശ്വാസം പിന്നീട് വരും.

ഓർക്കുക

സമയത്തിന്റെ ദൈർഘ്യമല്ല പ്രധാനപ്പെട്ടത്.

സ്ഥിരതയാണ് പ്രധാനപ്പെട്ടത്.

എന്റെ സ്വന്തം അനുഭവം

വ്യോമസേനയിൽ ഇംഗ്ലീഷ് പഠിച്ചിരുന്ന കാലത്ത് പരിശീലനമായിരുന്നു എന്റെ ഏറ്റവും വലിയ ആയുധം.

ആദ്യകാലത്ത് എനിക്ക് പരിശീലന പങ്കാളികൾ ഉണ്ടായിരുന്നില്ല.

അതിനാൽ ഞാൻ പരേഡ് ഗ്രൗണ്ടിൽ ഒരു "സാങ്കൽപ്പിക സുഹൃത്തിനോട്" സംസാരിക്കുമായിരുന്നു.

ഓക്സ്ഫോർഡ് നിഘണ്ടുവിൽ നിന്ന് പുതിയ വാക്കുകൾ കുറിച്ചുവെച്ച് അവ സംഭാഷണങ്ങളിൽ ഉപയോഗിച്ചു.

പിന്നീട് ഇംഗ്ലീഷ് പഠിക്കാൻ താൽപര്യമുള്ള സുഹൃത്തുക്കളെ കണ്ടെത്തി.

ഞങ്ങൾ ഒരു നിയമം ഉണ്ടാക്കി:

മാതൃഭാഷ ഇല്ല, ഇംഗ്ലീഷ് മാത്രം.

ക്രമേണ ഇംഗ്ലീഷ് ഒരു ശീലമായി മാറി.

ആ ശീലമാണ് എനിക്ക് സ്ഥിരമായ ഫ്ലുവൻസി നൽകിയത്.

20 മിനിറ്റിന്റെ ദൈനംദിന പരിശീലന പദ്ധതി

5 മിനിറ്റ്

ഒരു ലേഖനമോ കഥയോ ഉറക്കെ വായിക്കുക.

5 മിനിറ്റ്

നിങ്ങളുടെ ദിവസത്തെക്കുറിച്ച് സംസാരിക്കുക.

5 മിനിറ്റ്

ഒരു സുഹൃത്തുമായി സംഭാഷണം നടത്തുക.

5 മിനിറ്റ്

Podcast കേട്ട് ആവർത്തിക്കുക.

മൂന്ന് മാസം ഇത് തുടർന്നാൽ ഇംഗ്ലീഷ് മെച്ചപ്പെടുക മാത്രമല്ല—

അത് നിങ്ങളുടെ ഭാഗമാകും.

ഉപസംഹാരം

അധ്യാപകരും പുസ്തകങ്ങളും ആപ്പുകളും നിങ്ങളെ നയിക്കും.

എന്നാൽ യഥാർത്ഥ അധ്യാപകൻ ഒരാളേയുള്ളൂ.

പരിശീലനം.

നിങ്ങൾ സംസാരിക്കുന്ന ഓരോ വാക്യവും,

നിങ്ങൾ ആവർത്തിക്കുന്ന ഓരോ വാക്കും,

നിങ്ങൾ നടത്തുന്ന ഓരോ സംഭാഷണവും

നിങ്ങളുടെ ഫ്ലുവൻസിയെ ശക്തിപ്പെടുത്തുന്നു.

ഓർക്കുക:

- അറിവല്ല ഫ്ലുവൻസി നൽകുന്നത്.
- ഉപയോഗമാണ് ഫ്ലുവൻസി നൽകുന്നത്.
- ദിവസേന 10 മിനിറ്റ് പരിശീലനം ആഴ്ചയിൽ ഒരിക്കൽ 2 മണിക്കൂർ പരിശീലിക്കുന്നതിനെക്കാൾ മികച്ചതാണ്.
- സാങ്കേതികവിദ്യയും സുഹൃത്തുക്കളും സഹായിക്കും.
- എന്നാൽ വിജയത്തിന്റെ താക്കോൽ നിങ്ങളുടെ സ്ഥിരതയാണ്.

പരിശീലനമാണ് സ്ഥിരത സൃഷ്ടിക്കുന്നത്.

ഇംഗ്ലീഷ് ദിവസേന പരിശീലിച്ചാൽ അത് നിങ്ങളുടെ മാതൃ ഭാഷയെപ്പോലെ സ്വാഭാവികമാകും.

അപ്പോൾ ആ ഫ്ലുവൻസി ജീവിതകാലം മുഴുവൻ നിങ്ങ ളോടൊപ്പമുണ്ടാകും.

അതിനാൽ കാത്തിരിക്കരുത്.

ഈ പുസ്തകം വായിക്കുക മാത്രമല്ല.

സംസാരിക്കുക. പരിശീലിക്കുക. ആവർത്തിക്കുക. ഇംഗ്ലീ ഷിനെ നിങ്ങളുടെ ജീവിതത്തിന്റെ സ്ഥിരമായ ഭാഗമാക്കുക.

അധ്യായം 15

പൊതുപ്രസംഗവും കഥപറച്ചിലും

ഒരാളോട് ഇംഗ്ലീഷിൽ ആത്മവിശ്വാസത്തോടെ സംസാരിക്കാൻ കഴിയുന്നത് ഒരു വലിയ നേട്ടമാണ്. എന്നാൽ അഞ്ചുപേരുടെ മുന്നിലോ നൂറുകണക്കിന് ആളുകളുടെ മുന്നിലോ നിന്നു കൊണ്ട് സംസാരിക്കാൻ കഴിയുക എന്നതാണ് യഥാർത്ഥ ആത്മവിശ്വാസത്തിന്റെ പരീക്ഷണം.

പൊതുപ്രസംഗം എന്നത് ബുദ്ധിമുട്ടുള്ള വാക്കുകൾ ഉപയോഗിക്കുന്നതല്ല. മറിച്ച്, ആളുകളുമായി ബന്ധം സ്ഥാപിക്കാനും ആശയങ്ങൾ വ്യക്തമായി അവതരിപ്പിക്കാനും അവരെ പ്രചോദിപ്പിക്കാനുമുള്ള ഒരു കലയാണ്.

പൊതുപ്രസംഗത്തിലെ ഏറ്റവും ശക്തമായ ആയുധങ്ങളിൽ ഒന്നാണ് **കഥപറച്ചിൽ**.

വസ്തുതകൾ വിവരങ്ങൾ നൽകും.

പക്ഷേ കഥകൾ മനുഷ്യരെ മാറ്റിമറിക്കും.

ഒരു നല്ല കഥ ആളുകളെ കേൾക്കാനും ഓർക്കാനും നിങ്ങളുമായി ബന്ധപ്പെടാനും സഹായിക്കുന്നു.

ഈ അധ്യായത്തിൽ നാം പഠിക്കുന്നത്:

- ആത്മവിശ്വാസത്തോടെ പൊതുപ്രസംഗം നടത്തുന്നത് എങ്ങനെ
- ശരീരഭാഷയും ശബ്ദഭാവവും എങ്ങനെ ഉപയോഗിക്കാം
- ഇംഗ്ലീഷിൽ മികച്ച കഥകൾ എങ്ങനെ പറയാം

ആത്മവിശ്വാസത്തോടെ പ്രേക്ഷകരോട് സംസാരിക്കുക

എന്തുകൊണ്ട് പൊതുപ്രസംഗം പ്രധാനമാണ്?
സ്കൂളിൽ

- പ്രസംഗങ്ങൾ
- വാദപ്രതിവാദങ്ങൾ
- അവതരണങ്ങൾ

ജോലിസ്ഥലത്ത്

- മീറ്റിംഗുകൾ
- ക്ലയന്റ് അവതരണങ്ങൾ
- പരിശീലന പരിപാടികൾ

ജീവിതത്തിൽ

- വിവാഹങ്ങൾ
- കുടുംബ ചടങ്ങുകൾ
- സാമൂഹിക പരിപാടികൾ

പൊതുപ്രസംഗം നിങ്ങൾക്ക് നൽകുന്നത്:

- വ്യക്തിത്വം
- ബഹുമാനം
- നേതൃത്വശേഷി

പൊതുപ്രസംഗത്തെക്കുറിച്ചുള്ള ഭയം

പരിചയസമ്പന്നരായ പ്രൊഫഷണലുകൾ പോലും പ്രേക്ഷകരുടെ മുന്നിൽ നിൽക്കുന്നതിന് മുമ്പ് ഭയപ്പെടാറുണ്ട്.

ഇത് സ്വാഭാവികമാണ്.

ഭയത്തെ ഇല്ലാതാക്കുകയല്ല വേണ്ടത്.

അതിനെ നിയന്ത്രിക്കുകയാണ് വേണ്ടത്.

സാധാരണ ഭയങ്ങൾ

- ഞാൻ സംസാരിക്കേണ്ടത് മറന്നുപോയാലോ?
- ആളുകൾ ചിരിക്കുകയാണെങ്കിൽ?
- തെറ്റുകൾ സംഭവിച്ചാൽ?

സത്യം

പ്രേക്ഷകർ നിങ്ങളെ വിധിക്കാൻ വന്നവരല്ല.

അവർ നിങ്ങളെ കേൾക്കാനാണ് വന്നിരിക്കുന്നത്.

പൊതുപ്രസംഗ ആത്മവിശ്വാസം വളർത്താനുള്ള മാർഗങ്ങൾ

1. തയ്യാറെടുക്കുക - പക്ഷേ മനഃപാഠമാക്കരുത്

പ്രധാന കാര്യങ്ങൾ മനസ്സിലാക്കുക.

മുഴുവൻ പ്രസംഗവും മനഃപാഠമാക്കരുത്.

സ്വാഭാവികമായി സംസാരിക്കുക.

2. ചെറിയതിൽ നിന്ന് തുടങ്ങുക

ആദ്യം:

- കണ്ണാടിക്ക് മുന്നിൽ സംസാരിക്കുക

പിന്നീട്:

- ഒരു സുഹൃത്തിനോട്

തുടർന്ന്:

- ചെറിയ ഗ്രൂപ്പുകളോട്

അതിനുശേഷം വലിയ പ്രേക്ഷകസമൂഹത്തോട്.

3. കുറിപ്പുകൾ ഉപയോഗിക്കുക

മുഴുവൻ പ്രസംഗം എഴുതിക്കൊണ്ടുപോകരുത്.

പ്രധാന പോയിന്റുകൾ മാത്രം കുറിക്കുക.

4. സമയപരിധിയോടെ പരിശീലിക്കുക

ആദ്യം:

2-3 മിനിറ്റ്

പിന്നീട്:

5-10 മിനിറ്റ്

5. Positive Visualization

പ്രസംഗത്തിന് മുമ്പ് കണ്ണുകൾ അടച്ച് ചിന്തിക്കുക.

നിങ്ങൾ ആത്മവിശ്വാസത്തോടെ സംസാരിക്കുന്നു.

പ്രേക്ഷകർ കൈയടിക്കുന്നു.

ഈ മാനസിക പരിശീലനം വളരെ ഫലപ്രദമാണ്.

ശക്തമായ തുടക്കങ്ങൾ

ഔപചാരികം

"Good morning, everyone. It is a great honour to speak before you today."

അനൗപചാരികം

"You won't believe what happened to me last week..."

ഒരു ചോദ്യം

"How many of you have ever felt nervous before speaking in public?"

ഒരു നല്ല തുടക്കം പ്രേക്ഷകരുടെ ശ്രദ്ധ ഉടൻ പിടിച്ചെടുക്കും.

ശരീരഭാഷയും ശബ്ദഭാവവും

പൊതുപ്രസംഗം വാക്കുകൾ മാത്രം ഉപയോഗിച്ച് വിജയിക്കില്ല.

നിങ്ങളുടെ ശരീരഭാഷയും ശബ്ദവും അത്രതന്നെ പ്രധാനമാണ്.

1. നേത്രസമ്പർക്കം

തറയിലേക്കോ മേൽക്കൂരയിലേക്കോ നോക്കരുത്.

പ്രേക്ഷകരെ നോക്കുക.

അത് വിശ്വാസം സൃഷ്ടിക്കും.

ചെറിയ ഗ്രൂപ്പുകളിൽ

ഓരോ വ്യക്തിയെയും കുറച്ച് നിമിഷം നോക്കുക.

വലിയ ഗ്രൂപ്പുകളിൽ

പ്രേക്ഷകരുടെ വിവിധ ഭാഗങ്ങളിലേക്ക് നോക്കുക.

2. ശരീരനില

നിവർന്നു നിൽക്കുക.

തോളുകൾ നേരെയാക്കുക.

കൈകൾ സ്വാഭാവികമായി വയ്ക്കുക.

ഒഴിവാക്കുക:

- കൈകൾ മുറുക്കിപ്പിടിക്കൽ
- നിരന്തരം ഇളകിക്കൊണ്ടിരിക്കുക

3. കൈ ചലനങ്ങൾ

കൈകൾ സ്വാഭാവികമായി ഉപയോഗിക്കുക.

അവ നിങ്ങളുടെ സന്ദേശത്തെ ശക്തമാക്കും.

എന്നാൽ അമിതമായി ഉപയോഗിക്കരുത്.

4. മുഖഭാവങ്ങൾ

ആവശ്യമായപ്പോൾ പുഞ്ചിരിക്കുക.

സന്തോഷം, അത്ഭുതം, ഗൗരവം എന്നിവ മുഖത്ത് പ്രകടമാകണം.

5. ശബ്ദഭാവം

ശബ്ദഭാവം പലപ്പോഴും വാക്കുകളേക്കാൾ ശക്തമാണ്.

ഇടവേളകൾ ഉപയോഗിക്കുക

പ്രധാന കാര്യങ്ങൾക്ക് മുമ്പ് ചെറിയ ഇടവേള നൽകുക.

ശബ്ദത്തിന്റെ ഉയർച്ചതാഴ്ചകൾ മാറ്റുക

ഒരേ രീതിയിൽ സംസാരിക്കരുത്.

പ്രധാന വാക്കുകൾക്ക് ഊന്നൽ നൽകുക

ഉദാഹരണം:

"This is not just important...

it is life-changing."

ഒരേ വാക്യം - രണ്ട് രീതികൾ

വിരസമായ ശൈലി

"I am happy to be here today."

ഊർജ്ജസ്വലമായ ശൈലി

"I am really happy to be here today!"

രണ്ടാമത്തേത് കൂടുതൽ ആകർഷകമാണ്.

ഇംഗ്ലീഷിൽ കഥകൾ നിർമ്മിക്കുകയും പറയുകയും ചെയ്യുക

മികച്ച പ്രസംഗകരുടെ രഹസ്യായുധമാണ് കഥകൾ.

എന്തുകൊണ്ട് കഥകൾ പ്രവർത്തിക്കുന്നു?

വികാരബന്ധം സൃഷ്ടിക്കുന്നു
ഓർക്കാൻ എളുപ്പമാണ്
ആശയങ്ങളെ ജീവസ്സുറ്റതാക്കുന്നു

ഒരു നല്ല കഥയുടെ ഘടന

1. Hook

ശ്രദ്ധ പിടിച്ചുപറ്റുന്ന തുടക്കം

ഉദാഹരണം:

"When I was 16, something happened that changed my life forever."

2. Build-Up

സംഭവത്തിന്റെ പശ്ചാത്തലം

3. Climax

പ്രധാന സംഭവമോ വഴിത്തിരിവോ

4. Resolution

അത് എങ്ങനെ അവസാനിച്ചു

5. Lesson

അതിൽ നിന്ന് പഠിക്കാനുള്ള കാര്യം

പൊതുപ്രസംഗത്തിനുള്ള ഒരു ഉദാഹരണ കഥ

"Years ago, when I joined the Air Force, I struggled with English.

I could understand others, but I couldn't speak fluently.

One day, I decided to change.

I stood alone in the parade ground and spoke to an imaginary friend in English.

Slowly, my tongue started responding.

That was my turning point.

Today I can stand before you and speak confidently.

And if I can do it, so can you."

ഈ കഥയിൽ കാണാം:

- ഒരു പ്രശ്നം
- ഒരു തീരുമാനം
- ഒരു മാറ്റം
- ഒരു പ്രചോദനം

കഥപറച്ചിലിനുള്ള നിർദ്ദേശങ്ങൾ

1. ലളിതമായി സൂക്ഷിക്കുക

അനാവശ്യ വിശദാംശങ്ങൾ ഒഴിവാക്കുക.

2. ചെറിയ വാക്യങ്ങൾ ഉപയോഗിക്കുക

പ്രേക്ഷകർക്ക് പിന്തുടരാൻ എളുപ്പമാകും.

3. വികാരങ്ങൾ ചേർക്കുക

സന്തോഷം, ഭയം, ആവേശം എന്നിവ പ്രകടിപ്പിക്കുക.

4. ഒരു പാഠത്തോടെ അവസാനിപ്പിക്കുക

കഥ കേവലം വിനോദത്തിനല്ല.

അത് മൂല്യമുള്ളതായിരിക്കണം.

പൊതുപ്രസംഗ പരിശീലനങ്ങൾ

പ്രവർത്തനം 1 - Mirror Speech

"എന്റെ പ്രിയപ്പെട്ട അധ്യാപകൻ" പോലുള്ള ഒരു വിഷയം എടുത്ത് രണ്ട് മിനിറ്റ് സംസാരിക്കുക.

പ്രവർത്തനം **2 - Storytelling Circle**

സുഹൃത്തുക്കളുമായി ചേർന്ന് ഓരോരുത്തരും ഒരു ചെറിയ കഥ പറയുക.

പ്രവർത്തനം **3 - Record & Review**

മൂന്ന് മിനിറ്റ് പ്രസംഗം റെക്കോർഡ് ചെയ്യുക.

പിന്നീട് കേട്ട് വിലയിരുത്തുക.

പ്രവർത്തനം **4 - Impromptu Speaking**

ഒരു വിഷയം യാദൃശ്ചികമായി തിരഞ്ഞെടുക്കുക.

ഉദാഹരണം:

- മഴയുള്ള ദിവസം
- മൊബൈൽ ഫോൺ
- സ്വപ്നയാത്ര

ഒരു മിനിറ്റ് തയ്യാറെടുപ്പില്ലാതെ സംസാരിക്കുക.

പ്രവർത്തനം **5 - Audience Simulation**

കുടുംബാംഗങ്ങളെയോ സുഹൃത്തുക്കളെയോ പ്രേക്ഷകരായി ഇരുത്തുക.

അവരുടെ മുന്നിൽ പ്രസംഗിക്കുക.

പൊതുപ്രസംഗത്തിലെ സാധാരണ തെറ്റുകൾ

1. റോബോട്ടിനെപ്പോലെ മനഃപാഠം പറയുക
2. വളരെ വേഗത്തിൽ സംസാരിക്കുക
3. ബുദ്ധിമുട്ടുള്ള വാക്കുകളുടെ അമിത ഉപയോഗം

4. നേത്രസമ്പർക്കം ഇല്ലാതിരിക്കുക
5. കഥകൾ ഉപയോഗിക്കാതിരിക്കുക

എന്റെ സ്വന്തം അനുഭവം

ആദ്യമായി ഇംഗ്ലീഷിൽ ഒരു പ്രേക്ഷകസമൂഹത്തിന് മുന്നിൽ സംസാരിക്കുമ്പോൾ എന്റെ കൈകൾ വിറച്ചു.

ശബ്ദം നടുങ്ങി.

അവിടെ നിന്ന് ഓടിപ്പോകണമെന്നു പോലും തോന്നി.

പക്ഷേ പരേഡ് ഗ്രൗണ്ടിലെ പരിശീലനം ഞാൻ ഓർത്തു.

സാങ്കൽപ്പിക സുഹൃത്തിനോട് സംസാരിച്ച ദിവസങ്ങൾ.

ഞാൻ എന്നോട് തന്നെ പറഞ്ഞു:

"ഒറ്റയ്ക്ക് സംസാരിക്കാൻ കഴിയുമെങ്കിൽ ഇവിടെ സംസാരിക്കാനും കഴിയും."

ഞാൻ ഒരു ചെറിയ കഥയോടെയാണ് തുടങ്ങിയത്.

പ്രേക്ഷകർ ശ്രദ്ധയോടെ കേട്ടു.

ഓരോ വാക്യവും പറഞ്ഞപ്പോൾ ആത്മവിശ്വാസം വർധിച്ചു.

അവസാനം കൈയടി ലഭിച്ചു.

അന്ന് ഞാൻ ഒരു വലിയ പാഠം പഠിച്ചു.

പൊതുപ്രസംഗം പൂർണമായ ഇംഗ്ലീഷിനെക്കുറിച്ചല്ല.

ധൈര്യത്തെക്കുറിച്ചും ബന്ധത്തെക്കുറിച്ചും കഥകളെക്കുറിച്ചുമാണ്.

20 മിനിറ്റിന്റെ ദൈനംദിന പരിശീലനം

5 മിനിറ്റ്

ഒരു പ്രസംഗം ഉറക്കെ വായിക്കുക.

5 മിനിറ്റ്

ഒരു വിഷയത്തെക്കുറിച്ച് ഒരു മിനിറ്റ് സംസാരിക്കുക.

5 മിനിറ്റ്

ഒരു വ്യക്തിപരമായ കഥ പറയുക.

5 മിനിറ്റ്

റെക്കോർഡ് ചെയ്ത് വിലയിരുത്തുക.

ഉപസംഹാരം

പൊതുപ്രസംഗവും കഥപറച്ചിലും ഇംഗ്ലീഷ് പ്രകടിപ്പിക്കാനുള്ള ഉപാധികൾ മാത്രമല്ല.

അവ:

- ആശയങ്ങൾ പങ്കിടാനുള്ള മാർഗമാണ്
- ആളുകളുമായി ബന്ധപ്പെടാനുള്ള വഴിയാണ്
- മാറ്റത്തിന് പ്രചോദനം നൽകുന്ന ശക്തിയാണ്

ഓർക്കുക:

- ആത്മവിശ്വാസം പരിശീലനത്തിലൂടെ വളരുന്നു.
- ശരീരഭാഷയും ശബ്ദഭാവവും വാക്കുകൾക്ക് തുല്യമാണ്.
- കഥകൾ നിങ്ങളുടെ പ്രസംഗത്തെ ജീവസ്സുറ്റതാക്കുന്നു.

നിങ്ങൾ "തയ്യാറായി" എന്ന് തോന്നുന്നത് വരെ കാത്തിരിക്കരുത്.

ഇന്ന് തന്നെ സംസാരിക്കാൻ തുടങ്ങുക.

ഒരു ചെറിയ കഥ പറയുക.

ഒരു കുടുംബസമ്മേളനത്തിൽ ആശംസകൾ നേരുക.

ഒരു ക്ലാസ് അവതരണം നടത്തുക.

ഓരോ പ്രസംഗത്തോടും കൂടി ഭയം കുറയും.

ആത്മവിശ്വാസം വർധിക്കും.

പൊതുപ്രസംഗം പൂർണമായ ഇംഗ്ലീഷിന്റെ കലയല്ല.

അത് ആത്മാർത്ഥമായ ആശയപ്രകടനത്തിന്റെ കലയാണ്.

നിങ്ങൾ അതിൽ പ്രാവീണ്യം നേടിയാൽ ഇംഗ്ലീഷ് നിങ്ങളുടെ രണ്ടാമത്തെ ഭാഷ മാത്രമാകില്ല.

അത് നിങ്ങളുടെ നേതൃത്വത്തിന്റെ ശബ്ദമായി മാറും.

അധ്യായം 16

ഇംഗ്ലീഷ് അനായാസമായി സംസാരിക്കാനുള്ള നിങ്ങളുടെ ആജീവനാന്ത യാത്ര

ആമുഖം

ഇംഗ്ലീഷ് അനായാസമായി സംസാരിക്കാൻ കഴിയുക എന്നത് ഒരു ലക്ഷ്യസ്ഥാനമല്ല; അത് ഒരിക്കലും അവസാനിക്കാത്ത ഒരു യാത്രയാണ്.

"ഇപ്പോൾ ഞാൻ ഫ്ലുവന്റാണ്. ഇനി പരിശീലനം ആവശ്യമില്ല" എന്ന് നിങ്ങൾ ചിന്തിക്കുന്ന നിമിഷം മുതൽ നിങ്ങളുടെ ഭാഷാപാടവം പതുക്കെ ക്ഷയിക്കാൻ തുടങ്ങും.

വ്യായാമമില്ലാതെ പേശികൾ ദുർബലമാകുന്നതുപോലെ, ഉപയോഗമില്ലാതെ ഭാഷയും ദുർബലമാകും.

ഇംഗ്ലീഷിനെ ഒരു പഠനവിഷയമായി മാത്രം കാണാതെ ജീവിതത്തിന്റെ ഭാഗമാക്കി മാറ്റുമ്പോഴാണ് യഥാർത്ഥ പ്രാവീണ്യം കൈവരിക്കുന്നത്.

ഈ അധ്യായത്തിൽ നാം പഠിക്കുന്നത്:

- തുടർച്ചയായി പഠിക്കുന്ന മനോഭാവം വളർത്തുന്നത് എങ്ങനെ
- ഇംഗ്ലീഷിനെ ജീവിതശൈലിയാക്കി മാറ്റുന്നത് എങ്ങനെ
- ജീവിതകാലം മുഴുവൻ പരിശീലനം തുടരാനുള്ള പ്രചോദനം എങ്ങനെ നിലനിർത്താം

തുടർച്ചയായ പഠനത്തിന്റെ മനോഭാവം

ഈ പുസ്തകം വായിച്ചു തീരുമ്പോൾ ഇംഗ്ലീഷ് പഠനം അവസാനിക്കുന്നില്ല.

യഥാർത്ഥത്തിൽ, ഇത് നിങ്ങളുടെ യാത്രയുടെ തുടക്കം മാത്രമാണ്.

സംഭാഷണങ്ങളിലൂടെയും അനുഭവങ്ങളിലൂടെയും പരിശീലനത്തിലൂടെയും ഓരോ ദിവസവും നിങ്ങളുടെ ഫ്ലുവൻസി വളരുന്നു.

1. ജിജ്ഞാസ നിലനിർത്തുക

പുതിയ വാക്കുകളോ പ്രയോഗങ്ങളോ കേൾക്കുമ്പോൾ അവ അവഗണിക്കരുത്.

അവയുടെ അർത്ഥം കണ്ടെത്തുക.

അവ എങ്ങനെ ഉപയോഗിക്കാമെന്ന് മനസ്സിലാക്കുക.

ഉദാഹരണം:

ഒരു മീറ്റിംഗിൽ നിങ്ങൾ "on the same page" എന്ന പ്രയോഗം കേട്ടു.

അത് മറക്കരുത്.

എഴുതി വയ്ക്കുക.

അർത്ഥം മനസ്സിലാക്കുക.

അടുത്ത ദിവസം തന്നെ അത് ഉപയോഗിക്കാൻ ശ്രമിക്കുക.

2. തെറ്റുകളിൽ നിന്ന് പഠിക്കുക

തെറ്റുകൾ പരാജയത്തിന്റെ അടയാളമല്ല.

അവ പുരോഗതിയുടെ തെളിവാണ്.

ഓരോ തെറ്റും നിങ്ങളെ പുതിയ എന്തെങ്കിലും പഠിപ്പിക്കുന്നു.

ഒരു ചെറിയ "Mistake Diary" സൂക്ഷിക്കുക.

നിങ്ങൾ സംസാരിക്കുമ്പോഴോ എഴുതുമ്പോഴോ ചെയ്ത തെറ്റുകൾ അതിൽ കുറിക്കുക.

പിന്നീട് ശരിയായ രൂപം കണ്ടെത്തി തിരുത്തുക.

3. പുതിയ വെല്ലുവിളികൾ ഏറ്റെടുക്കുക

സാധാരണ സംഭാഷണങ്ങളിൽ നിങ്ങൾക്ക് ആത്മവിശ്വാസം ലഭിച്ചുകഴിഞ്ഞാൽ കൂടുതൽ വെല്ലുവിളികളിലേക്ക് കടക്കുക.

ഉദാഹരണങ്ങൾ:

- പ്രസംഗങ്ങൾ
- അവതരണങ്ങൾ
- വാദപ്രതിവാദങ്ങൾ
- ഇംഗ്ലീഷിൽ ബ്ലോഗ് എഴുതൽ

നിങ്ങളുടെ വളർച്ച നടക്കുന്നത് കംഫർട്ട് സോണിന് പുറത്താണ്.

4. എന്നും ഒരു വിദ്യാർത്ഥിയായിരിക്കുക

ലോകത്തിലെ മികച്ച പ്രസംഗകരും എഴുത്തുകാരും ഇന്നും പഠിച്ചുകൊണ്ടിരിക്കുന്നു.

അവർ വായിക്കുന്നു.

കേൾക്കുന്നു.

നിരീക്ഷിക്കുന്നു.

നിങ്ങളും അതേ മനോഭാവം സ്വീകരിക്കുക.

"എനിക്ക് ഇനിയും മെച്ചപ്പെടാൻ കഴിയും."

ഇംഗ്ലീഷിനെ ഒരു ശീലമാക്കുക, പഠനവിഷയമല്ല

നിങ്ങളുടെ ജീവിതത്തിൽ വരുത്തേണ്ട ഏറ്റവും വലിയ മാറ്റം ഇതാണ്:

ഇംഗ്ലീഷ് പഠിക്കുന്നത് നിർത്തുക.

ഇംഗ്ലീഷ് ജീവിക്കാൻ തുടങ്ങുക.

ഒരു സ്കൂൾ വിഷയമായി ഇംഗ്ലീഷിനെ കാണുമ്പോൾ അത് ഭാരമായി തോന്നും.

നിയമങ്ങൾ, പരീക്ഷകൾ, സമ്മർദ്ദം എന്നിവ മാത്രമായിരിക്കും മനസ്സിൽ വരിക.

പക്ഷേ ഒരു ശീലമായി കാണുമ്പോൾ അത്:

- സ്വാഭാവികമാകും
- രസകരമാകും
- സ്ഥിരമാകും

ഇംഗ്ലീഷിനെ ശീലമാക്കാനുള്ള മാർഗങ്ങൾ

1. എല്ലാ ദിവസവും സംസാരിക്കുക

അഞ്ച് മിനിറ്റ് മാത്രമാണെങ്കിലും പ്രശ്നമില്ല.

സ്വയം സംസാരിക്കുക.

സുഹൃത്തുക്കളോട് സംസാരിക്കുക.

ഫോൺ അസിസ്റ്റന്റിനോട് പോലും സംസാരിക്കുക.

2. ആസ്വാദനത്തിനായി ഇംഗ്ലീഷ് ഉപയോഗിക്കുക

ഇംഗ്ലീഷ് സിനിമകൾ കാണുക.

ഇംഗ്ലീഷ് ഗാനങ്ങൾ കേൾക്കുക.

നോവലുകൾ വായിക്കുക.

പഠനത്തിനല്ല.

ആസ്വാദനത്തിനായി.

3. നിങ്ങളുടെ പരിസരം മാറ്റുക

- മൊബൈൽ ഫോൺ ഇംഗ്ലീഷിലേക്ക് മാറ്റുക
- കമ്പ്യൂട്ടർ ഇംഗ്ലീഷിൽ ഉപയോഗിക്കുക
- വീട്ടിലെ വസ്തുക്കൾക്ക് ഇംഗ്ലീഷ് ലേബലുകൾ ഒട്ടിക്കുക

ഉദാഹരണം:

- Mirror
- Table
- Refrigerator
- Door

4. ഇംഗ്ലീഷിനെ ജീവിതവുമായി കൂട്ടിച്ചേർക്കുക

നിങ്ങളുടെ:

- സ്വപ്നങ്ങൾ
- ഹോബികൾ
- കുടുംബം
- ലക്ഷ്യങ്ങൾ

ഇവയെക്കുറിച്ച് ഇംഗ്ലീഷിൽ സംസാരിക്കുക.

ഭാഷ വ്യക്തിപരമാകുമ്പോൾ അത് കൂടുതൽ ആഴത്തിൽ മനസ്സിൽ പതിയും.

5. പുരോഗതി ആഘോഷിക്കുക

ഒരു മാസം മുമ്പ് നിങ്ങൾക്ക് രണ്ട് മിനിറ്റ് പോലും സംസാരിക്കാൻ കഴിഞ്ഞിരുന്നില്ല.

ഇന്ന് അഞ്ച് മിനിറ്റ് സംസാരിക്കാൻ കഴിയുന്നു.

ഇത്തരം ചെറിയ വിജയങ്ങൾ ആഘോഷിക്കുക.

അവയാണ് നിങ്ങളെ മുന്നോട്ട് നയിക്കുന്നത്.

ജീവിതകാലം മുഴുവൻ പിന്തുടരാവുന്ന ശീലങ്ങൾ

ദൈനംദിന ശീലങ്ങൾ
രാവിലെ

ഒരു ഇംഗ്ലീഷ് ലേഖനം ഉറക്കെ വായിക്കുക.

പകൽ

അന്നത്തെ പ്രവർത്തനങ്ങളെക്കുറിച്ച് അഞ്ച് ഇംഗ്ലീഷ് വാക്യങ്ങൾ പറയുക.

വൈകുന്നേരം

10 മിനിറ്റ് പോഡ്കാസ്റ്റ് കേൾക്കുക അല്ലെങ്കിൽ ഒരു വീഡിയോ കാണുക.

രാത്രി

ഡയറിയിൽ 3-5 വാക്യങ്ങൾ ഇംഗ്ലീഷിൽ എഴുതുക.

ആഴ്ചതോറുമുള്ള ശീലങ്ങൾ

- ഒരു സുഹൃത്തിനോട് കഥ പറയുക
- ഒരു ചെറിയ പ്രസംഗം നടത്തുക
- ഒരു ഇംഗ്ലീഷ് സിനിമ കാണുക
- 10 പുതിയ വാക്കുകൾ പഠിക്കുക
- മൂന്ന് മിനിറ്റ് പ്രസംഗം റെക്കോർഡ് ചെയ്യുക

പരിശീലനം ഒരിക്കലും നിർത്തരുത്

പലരും ഒരു നിശ്ചിത നിലവാരം കൈവരിച്ചാൽ പഠനം നിർത്തുന്നു.

"ഇപ്പോൾ എനിക്ക് മതിയായ ഇംഗ്ലീഷ് അറിയാം" എന്ന് കരുതുന്നു.

എന്നാൽ ഭാഷ ഒരു ഒഴുകുന്ന നദിപോലെയാണ്.

അത് നിരന്തരം വികസിച്ചുകൊണ്ടിരിക്കുന്നു.

നിങ്ങൾ പരിശീലനം നിർത്തിയാൽ നിങ്ങളുടെ ഫ്ലുവൻസി പതുക്കെ കുറയും.

ജീവിതകാലം മുഴുവൻ പ്രചോദനം നിലനിർത്താനുള്ള മാർഗങ്ങൾ

1. നിങ്ങളുടെ ലക്ഷ്യം ഓർക്കുക

എന്തിനാണ് നിങ്ങൾ ഇംഗ്ലീഷ് പഠിക്കുന്നത്?

- മികച്ച ജോലി?
- വിദേശപഠനം?
- യാത്ര?
- ആത്മവിശ്വാസം?

നിങ്ങളുടെ "എന്തിന്?" എന്ന ചോദ്യത്തിനുള്ള ഉത്തരം എന്നും മനസ്സിൽ സൂക്ഷിക്കുക.

2. ഇംഗ്ലീഷിനെ നിങ്ങളുടെ വ്യക്തിത്വത്തിന്റെ ഭാഗമാക്കുക

"ഞാൻ ഇംഗ്ലീഷ് പഠിക്കുന്ന ഒരാളാണ്" എന്ന് പറയരുത്.

പകരം പറയുക:

"ഞാൻ ഒരു ഇംഗ്ലീഷ് സംസാരിക്കുന്ന വ്യക്തിയാണ്."

ഈ ചിന്താഗതിയാണ് നിങ്ങളെ മുന്നോട്ട് നയിക്കുക.

3. മറ്റുള്ളവരെ പഠിപ്പിക്കുക

പഠിക്കുന്നതിലുപരി പഠിപ്പിക്കുന്നതും ഒരു വലിയ പഠനമാണ്.

ഒരു വിദ്യാർത്ഥിയെ സഹായിക്കുക.

ഒരു സുഹൃത്തിനോട് പഠിപ്പിക്കുക.

നിങ്ങൾ പഠിപ്പിക്കുമ്പോൾ നിങ്ങളുടെ അറിവ് കൂടുതൽ ശക്തമാകും.

4. മികച്ച മാതൃകകളിൽ നിന്ന് പഠിക്കുക

TED Talks കാണുക.

പ്രശസ്ത പ്രസംഗകരെ കേൾക്കുക.

അവർ എങ്ങനെ സംസാരിക്കുന്നു എന്ന് ശ്രദ്ധിക്കുക.

അവരുടെ:

- ആത്മവിശ്വാസം
- വ്യക്തത
- കഥപറച്ചിൽ

ഇവയിൽ നിന്ന് പഠിക്കുക.

5. നിങ്ങളുടെ യാത്ര രേഖപ്പെടുത്തുക

ഉദാഹരണം:

ഒന്നാം മാസം

1 മിനിറ്റ് സംസാരിക്കാൻ കഴിഞ്ഞു.

മൂന്നാം മാസം

5 മിനിറ്റ് സംസാരിക്കാൻ കഴിഞ്ഞു.

ആറാം മാസം

ഒരു അവതരണം നടത്തി.

ഈ പുരോഗതി കാണുമ്പോൾ നിങ്ങളിൽ പുതിയ ഊർജ്ജം ഉണ്ടാകും.

ജീവിതകാല ഫ്ലുവൻസിക്കുള്ള പരിശീലനങ്ങൾ

പരിശീലനം 1 - ഇംഗ്ലീഷ് ഡയറി

ജീവിതകാലം മുഴുവൻ ദിവസവും 3-5 വാക്യങ്ങൾ എഴുതുക.

പരിശീലനം 2 - ആഴ്ചതോറും ഒരു പ്രസംഗം

ആരോഗ്യം, സാങ്കേതികവിദ്യ, വിജയം, യാത്ര തുടങ്ങിയ വിഷയങ്ങൾ തിരഞ്ഞെടുക്കുക.

3-5 മിനിറ്റ് സംസാരിക്കുക

പരിശീലനം 3 - Story Bank

നിങ്ങളുടെ സ്വന്തം കഥകളുടെ ശേഖരം തയ്യാറാക്കുക.

10 മുതൽ 20 വരെ കഥകൾ.

അവ കാലാനുസൃതമായി പുതുക്കുക.

പരിശീലനം 4 - Networking

മാസത്തിൽ ഒരിക്കലെങ്കിലും:

- സെമിനാർ
- വർക്ക്ഷോപ്പ്
- കോൺഫറൻസ്

ഇവയിൽ പങ്കെടുക്കുക.

ഇംഗ്ലീഷിൽ സംസാരിക്കുക.

പരിശീലനം 5 - ഇംഗ്ലീഷുമായി കളിക്കുക

- Crossword puzzles
- Word games
- Stand-up comedy

രസകരമായ പഠനമാണ് ദീർഘകാലം നിലനിൽക്കുന്നത്.

സാധാരണ തെറ്റുകൾ

1. ചെറിയ വിജയം കിട്ടിയ ഉടൻ പരിശീലനം നിർത്തുക

ഫ്ലുവൻസി പതുക്കെ നഷ്ടപ്പെടും.

2. വ്യാകരണത്തിൽ മാത്രം ശ്രദ്ധ കേന്ദ്രീകരിക്കുക

ഇംഗ്ലീഷിനെ ഒരു വിഷയമാക്കി മാറ്റും.

3. കേൾവിയെ അവഗണിക്കുക

മികച്ച പ്രസംഗകർ മികച്ച ശ്രോതാക്കളുമാണ്.

4. ബുദ്ധിമുട്ടുള്ള സാഹചര്യങ്ങളിൽ നിന്ന് ഒഴിഞ്ഞുമാറുക

- പ്രസംഗങ്ങൾ
- മീറ്റിംഗുകൾ
- സാമൂഹിക സംഭാഷണങ്ങൾ

ഇവയാണ് നിങ്ങളെ വളർത്തുന്നത്.

5. ഉടനടി ഫലം പ്രതീക്ഷിക്കുക

ഫ്ലുവൻസി ആഴ്ചകളിൽ ഉണ്ടാകുന്നതല്ല.

വർഷങ്ങളായുള്ള പരിശീലനത്തിന്റെ ഫലമാണ്.

എന്റെ അനുഭവം

ഇംഗ്ലീഷിൽ നല്ല ആത്മവിശ്വാസം ലഭിച്ചതിന് ശേഷം എന്റെ യാത്ര അവസാനിച്ചു എന്ന് ഞാൻ കരുതി.

സഹപ്രവർത്തകരോടും സുഹൃത്തുക്കളോടും എളുപ്പത്തിൽ സംസാരിക്കാൻ കഴിഞ്ഞിരുന്നു.

പക്ഷേ പിന്നീട് ഞാൻ മനസ്സിലാക്കി:

പരിശീലനം കുറയുമ്പോൾ ഫ്ലുവൻസിയും കുറയുന്നു.

അതിനാൽ ഞാൻ ഇംഗ്ലീഷിനെ ജീവിതത്തിന്റെ ഭാഗമാക്കി.

- ഇംഗ്ലീഷ് പത്രങ്ങൾ വായിച്ചു.
- ഇംഗ്ലീഷ് പരിപാടികൾ കണ്ടു.
- സുഹൃത്തുക്കളുമായി സംസാരിച്ചു.
- പുതിയ വാക്കുകൾ പഠിച്ചു.

ഇന്നും ഞാൻ അതു തുടരുന്നു.

കാരണം ഫ്ലുവൻസി ഒരിക്കൽ നേടുന്ന ഒരു ബിരുദമല്ല.

അതൊരു പേശിപോലെയാണ്.

എപ്പോഴും ഉപയോഗിച്ചുകൊണ്ടിരിക്കണം.

ജീവിതകാലം മുഴുവൻ പിന്തുടരാവുന്ന 20 മിനിറ്റ് പരിശീലന പദ്ധതി

5 മിനിറ്റ്

വാർത്തയോ കഥയോ ഉറക്കെ വായിക്കുക.

5 മിനിറ്റ്

ഒരു വിഷയത്തെക്കുറിച്ച് സംസാരിക്കുക.

5 മിനിറ്റ്

പോഡ്കാസ്റ്റോ വീഡിയോയോ കേൾക്കുക.

5 മിനിറ്റ്

ഡയറിയിൽ എഴുതുക.

ഈ ശീലം ജീവിതകാലം മുഴുവൻ പിന്തുടർന്നാൽ നിങ്ങളുടെ ഫ്ലുവൻസി ഒരിക്കലും നഷ്ടപ്പെടില്ല.

ഇംഗ്ലീഷ് ഒരു ഭാഷ മാത്രമല്ല.

അത് നിങ്ങളുടെ ജീവിതത്തിലെ ഒരു സ്ഥിരസുഹൃത്താണ്.

അത്:

- നിങ്ങളുടെ കരിയറിനെ ശക്തിപ്പെടുത്തും
- ലോകമെമ്പാടുമുള്ള അവസരങ്ങൾ തുറക്കും
- വിവിധ സംസ്കാരങ്ങളിലുള്ള ആളുകളുമായി നിങ്ങളെ ബന്ധിപ്പിക്കും

എന്നാൽ ഒരു നിബന്ധനയുണ്ട്:

പരിശീലനം തുടരുക.

ഓർക്കുക:

- തുടർച്ചയായ പഠനം നിങ്ങളെ പുതുമയുള്ളവനാക്കും.
- ശീലങ്ങളാണ് ഫ്ലുവൻസിയെ സ്ഥിരമാക്കുന്നത്.
- ചെറിയ ദൈനംദിന പരിശീലനം പോലും മതിയാകും.

നിങ്ങളുടെ ഫ്ലുവൻസി യാത്രയ്ക്ക് ഒരു അവസാനമില്ല.

അതൊരു മനോഹരമായ യാത്രയാണ്.

അതുകൊണ്ട്:

കേൾക്കുക.

സംസാരിക്കുക.

പഠിക്കുക.

വളരുക.

ഒരു ദിവസം നിങ്ങൾ തിരിച്ചറിയും–

ഇംഗ്ലീഷ് ഇനി നിങ്ങളുടെ രണ്ടാമത്തെ ഭാഷയല്ല.

അത് നിങ്ങളുടെ ജീവിതത്തിന്റെ സ്വാഭാവിക ഭാഗമായിരിക്കുന്നു.

ആത്മവിശ്വാസത്തോടെയും ജിജ്ഞാസയോടെയും സന്തോഷത്തോടെയും ഈ യാത്ര തുടരുക.

ഇത് നിങ്ങളുടെ ആജീവനാന്ത യാത്രയാണ്.

അതിനെ അഭിമാനത്തോടെ മുന്നോട്ട് കൊണ്ടുപോകൂ.

ഉപസംഹാരം

ആത്മവിശ്വാസത്തിന്റെ ശബ്ദം

ഈ പുസ്തകം വായിക്കാൻ നിങ്ങൾ ആരംഭിച്ചപ്പോൾ ഇംഗ്ലീഷ് ഒരു വലിയ മലപോലെ തോന്നിയിരിക്കാം–കയറാൻ ബുദ്ധിമുട്ടുള്ളതും, വ്യാകരണനിയമങ്ങളാൽ നിറഞ്ഞതും, വിചിത്രമായ ഉച്ചാരണങ്ങളുള്ളതും, അവസാനമില്ലാത്ത പദസമ്പത്തുള്ളതുമായ ഒരു ഭാഷയായി.

സംസാരിക്കാനുള്ള മടി, ആത്മവിശ്വാസക്കുറവ്, അല്ലെങ്കിൽ ഇംഗ്ലീഷിൽ സംസാരിക്കാൻ ശ്രമിച്ചപ്പോൾ നേരിട്ട പരാജയങ്ങളുടെ ഓർമ്മകൾ പോലും നിങ്ങളുടെ മനസ്സിലുണ്ടായിരിക്കാം.

എന്നാൽ ഇപ്പോൾ നിങ്ങൾ ഒരു വലിയ സത്യം മനസ്സിലാക്കിയിരിക്കുന്നു:

ഇംഗ്ലീഷ് അനായാസമായി സംസാരിക്കാനുള്ള കഴിവ് ചിലർക്കു മാത്രമായി ലഭിക്കുന്ന ഒരു സമ്മാനമല്ല. ശരിയായ പരിശീലനവും ശരിയായ മനോഭാവവും ഉണ്ടെങ്കിൽ ആർക്കും നേടിയെടുക്കാവുന്ന ഒരു കഴിവാണ് അത്.

ഈ പുസ്തകത്തിലെ അധ്യായങ്ങളിലൂടെ നാം ഓരോ ഘട്ടമായും ഒരു യാത്ര നടത്തി.

- കേൾക്കുന്നത് എങ്ങനെ നിങ്ങളുടെ ചെവികളെ പരിശീലിപ്പിക്കുകയും സംസാരശേഷിയെ വളർത്തുകയും ചെയ്യുന്നു എന്ന് നിങ്ങൾ പഠിച്ചു.
- പൂർണതയ്ക്കല്ല, വ്യക്തതയ്ക്കായാണ് ഉച്ചാരണം പരിശീലിക്കേണ്ടത് എന്ന് മനസ്സിലാക്കി.
- സ്വാഭാവികമായി വാക്യങ്ങൾ നിർമ്മിക്കാനും ആത്മവിശ്വാസത്തോടെ സംഭാഷണങ്ങൾ വികസിപ്പിക്കാനും നിങ്ങൾ അഭ്യസിച്ചു.
- ഭയം, മടി, മാതൃഭാഷയുടെ സ്വാധീനം എന്നിവയെ എങ്ങനെ മറികടക്കാമെന്ന് നിങ്ങൾ പഠിച്ചു.

- വീട്ടിലും ജോലിസ്ഥലത്തും സാമൂഹിക സാഹചര്യങ്ങളിലും ഇംഗ്ലീഷ് ഉപയോഗിക്കാൻ നിങ്ങൾ പരിശീലിച്ചു.
- കഥപറച്ചിലും നർമ്മവും പൊതുപ്രസംഗവും വരെ നിങ്ങൾ അഭ്യസിച്ചു.
- ഒടുവിൽ, ഇംഗ്ലീഷിനെ ഒരു പഠനവിഷയമായി കാണാതെ ജീവിതകാലം മുഴുവൻ കൂടെയുണ്ടാകുന്ന ഒരു നല്ല ശീലമായി നിങ്ങൾ സ്വീകരിച്ചു.

ഈ പുസ്തകത്തിലെ ഏറ്റവും പ്രധാനപ്പെട്ട പാഠം വളരെ ലളിതമാണ്:

ഫ്ലുവൻസി അറിവിൽ നിന്നല്ല വരുന്നത്. ഉപയോഗത്തിൽ നിന്നാണ് വരുന്നത്.

നിങ്ങൾ ഓരോ തവണ ഇംഗ്ലീഷിൽ സംസാരിക്കുമ്പോഴും നിങ്ങൾ കൂടുതൽ ശക്തരാകുന്നു.

നിങ്ങൾ ചെയ്യുന്ന ഓരോ തെറ്റും ഒരു പരാജയമല്ല.

അത് നിങ്ങളെ പഠിപ്പിക്കുന്ന ഒരു ഗുരുവാണ്.

ഓരോ സംഭാഷണവും ഒരു പുതിയ പരിശീലനമാണ്.

നിങ്ങളുടെ യാത്ര ഇവിടെ അവസാനിക്കുന്നില്ല

ഈ പുസ്തകം അവസാനവാക്കല്ല.

ഇത് നിങ്ങളുടെ സ്വന്തം ഇംഗ്ലീഷ് യാത്രയുടെ തുടക്കമാണ്.

ഇന്നുമുതൽ നിങ്ങളോട് തന്നെ ഒരു വാഗ്ദാനം ചെയ്യുക:

- ദിവസവും കുറച്ച് മിനിറ്റുകളെങ്കിലും ഇംഗ്ലീഷിൽ സംസാരിക്കും.
- ശ്രദ്ധയോടെ കേൾക്കും, കാരണം കേൾക്കലാണ് ഫ്ലുവൻസിയുടെ അടിത്തറ.
- ഭയമില്ലാതെ പരിശീലിക്കും, കാരണം ആത്മവിശ്വാസമാണ് യഥാർത്ഥ ഫ്ലുവൻസി.

- ഒരിക്കലും പഠനം നിർത്തില്ല, കാരണം ഇംഗ്ലീഷും ജീവിതവും ഒരിക്കലും അവസാനിക്കാത്ത യാത്ര കളാണ്.

ഞാൻ എന്റെ യാത്ര ആരംഭിച്ചത് വലിയ ആത്മ വിശ്വാസ ത്തോടെയല്ല.

മറിച്ച് മടിയോടെയും ഭയത്തോടെയുമായിരുന്നു.

പരേഡ് ഗ്രൗണ്ടിൽ ഒറ്റയ്ക്ക് നിന്നുകൊണ്ട് ഒരു സാങ്കൽപ്പിക സുഹൃത്തിനോട് ഇംഗ്ലീഷിൽ സംസാരിച്ചാണ് ഞാൻ പരിശീ ലനം തുടങ്ങിയത്.

ആ ചെറിയ ശ്രമങ്ങളാണ് പിന്നീട് എന്റെ ജീവിതത്തെ മാറ്റി മറിച്ചത്.

എനിക്ക് എന്റെ ഭയത്തെ ആത്മവിശ്വാസമാക്കി മാറ്റാൻ കഴിഞ്ഞെങ്കിൽ നിങ്ങൾക്കും തീർച്ചയായും കഴിയും.

ഒരു ദിവസം നിങ്ങൾ പിന്നോട്ട് നോക്കുമ്പോൾ നിങ്ങൾ അത്ഭുതപ്പെടും.

നിങ്ങൾ എത്ര ദൂരം മുന്നോട്ട് വന്നുവെന്ന് തിരിച്ചറിയും.

നിങ്ങളുടെ വാക്കുകൾ എത്ര ആത്മവിശ്വാസത്തോടെ ഒഴുകുന്നുവെന്ന് കാണും.

ലോകത്തിന്റെ വിവിധ ഭാഗങ്ങളിലുള്ള ആളുകളുമായി എത്ര എളുപ്പത്തിൽ ആശയവിനിമയം നടത്താൻ കഴിയുന്നുവെന്ന് മനസ്സിലാക്കും.

അപ്പോൾ ഇംഗ്ലീഷ് ഒരു ഭാഷ മാത്രമായിരിക്കില്ല.

അത് അവസരങ്ങളുടെ ഭാഷയായിരിക്കും.

സൗഹൃദങ്ങളുടെ ഭാഷയായിരിക്കും.

വിജയത്തിന്റെ ഭാഷയായിരിക്കും.

അതിനാൽ ധൈര്യത്തോടെ മുന്നോട്ട് പോകൂ.

പുതിയ തൊഴിൽ അവസരങ്ങളിലേക്കും പുതിയ സൗഹൃദങ്ങളിലേക്കും പുതിയ ലോകങ്ങളിലേക്കും നിങ്ങളെ നയിക്കുന്ന ഒരു പാലമാകട്ടെ നിങ്ങളുടെ ഇംഗ്ലീഷ്.

"പൂർണമായ ഇംഗ്ലീഷ്" വരുന്നതുവരെ കാത്തിരിക്കരുത്.

ഇന്ന് നിങ്ങൾക്കുള്ള അറിവ് ഉപയോഗിച്ച് തുടങ്ങുക.

ഇപ്പോൾ തന്നെ തുടങ്ങുക.

കാരണം–

ലോകം നിങ്ങളുടെ ശബ്ദം കേൾക്കാൻ കാത്തിരിക്കുകയാണ്.

ഇംഗ്ലീഷ് അനായാസമായി സംസാരിക്കാനുള്ള നിങ്ങളുടെ ഈ യാത്ര നിങ്ങൾ സ്വയം നിങ്ങൾക്കു നൽകുന്ന ഏറ്റവും വലിയ സമ്മാനമാണ്.

അതിനെ സ്നേഹിക്കുക.

അതിനെ വളർത്തുക.

അതിനൊപ്പം വളരുക.

നിങ്ങൾ സ്വപ്നം കാണുന്ന എല്ലാ നേട്ടങ്ങളിലേക്കും അത് നിങ്ങളെ നയിക്കട്ടെ.

ഓർക്കുക:

"ആത്മവിശ്വാസത്തോടെ സംസാരിക്കുന്ന ഓരോ വാക്കും നിങ്ങളെ വിജയത്തിലേക്ക് ഒരു ചുവട് കൂടി മുന്നോട്ട് നയിക്കുന്നു."

നിങ്ങളുടെ ഇംഗ്ലീഷ് യാത്രയ്ക്ക് എല്ലാ ആശംസകളും.

എഴുത്തുകാരനെക്കുറിച്ച്

എം. കെ. ദേവീദാസൻ ഇന്ത്യൻ വ്യോമസേനയിൽ വിംഗ് കമാൻഡറായി സേവനമനുഷ്ഠിച്ച വിരമിച്ച ഉദ്യോഗസ്ഥനാണ്. ഇലക്ട്രോണിക്സ് എഞ്ചിനീയറിംഗിൽ ബിരുദവും മാനേജ്മെന്റിൽ ബിരുദാനന്തര ഡിപ്ലോമയും നേടിയ അദ്ദേഹം, ഇന്ത്യൻ വ്യോമസേനയുടെ വിവിധ പരിശീലന സ്ഥാപനങ്ങളിലും ബെംഗളൂരുവിലെ എയർ ഫോഴ്സ് ടെക്നിക്കൽ കോളേജിലും പന്ത്രണ്ട് വർഷത്തിലധികം അധ്യാപകനായി സേവനമനുഷ്ഠിച്ചിട്ടുണ്ട്.

സാങ്കേതിക വിദ്യാഭ്യാസം, വ്യക്തിത്വ വികസനം, ആത്മവിശ്വാസം, ജീവിതമൂല്യങ്ങൾ, സാമ്പത്തിക അവബോധം, പ്രചോദനം, സാമൂഹിക ബോധവൽക്കരണം തുടങ്ങിയ വൈവിധ്യമാർന്ന വിഷയങ്ങളിൽ അദ്ദേഹം നൂറിലധികം പുസ്തകങ്ങൾ രചിച്ചിട്ടുണ്ട്. യുവജനങ്ങൾക്ക് പ്രചോദനവും മാർഗ്ഗനിർദേശവും നൽകുക എന്നതാണ് അദ്ദേഹത്തിന്റെ രചനകളുടെ പ്രധാന ലക്ഷ്യം.

സ്വന്തം ജീവിതാനുഭവങ്ങളിലൂടെ ഇംഗ്ലീഷ് ഭാഷയിലെ പ്രാവീണ്യം നേടിയെടുത്ത എഴുത്തുകാരൻ, ഭാഷാപഠനം എന്നത് പ്രതിഭയുടെ ഫലമല്ല, മറിച്ച് സ്ഥിര പരിശീലനത്തിന്റെയും ആത്മവിശ്വാസത്തിന്റെയും ഫലമാണെന്ന് വിശ്വസിക്കുന്നു. ആ വിശ്വാസത്തിന്റെ അടിസ്ഥാനത്തിലാണ് **"How to Speak English Fluently"** എന്ന ഈ പുസ്തകം അദ്ദേഹം രചിച്ചിരിക്കുന്നത്.

ലളിതമായ ഭാഷയും പ്രായോഗികമായ സമീപനവും ജീവിതാനുഭവങ്ങളിൽ നിന്നുള്ള ഉദാഹരണങ്ങളും ഉപയോഗിച്ച് വായനക്കാരെ പ്രചോദിപ്പിക്കുന്നതാണ് അദ്ദേഹത്തിന്റെ രചനാശൈലിയുടെ പ്രത്യേകത.

വിദ്യാഭ്യാസം, സ്വയംവികസനം, പോസിറ്റീവ് ചിന്ത, ആത്മവിശ്വാസം, സാമൂഹിക ഉത്തരവാദിത്തം എന്നിവ പ്രോത്സാഹിപ്പിക്കുന്നതിലൂടെ സമൂഹത്തിന് സംഭാവന നൽകുക എന്ന ലക്ഷ്യത്തോടെ അദ്ദേഹം ഇന്നും എഴുത്ത് തുടരുന്നു.

www.ingramcontent.com/pod-product-compliance
Lightning Source LLC
LaVergne TN
LVHW100308210926
848480LV00003B/1060